பட்டு

பட்டு

அலெசான்ட்ரோ பாரிக்கோ (பி. 1958)

இத்தாலிய எழுத்தாளரான அலெசான்ட்ரோ பாரிக்கோ டூரின் நகரத்தில் பிறந்தவர். தத்துவம், இசைத்துறைகளில் பட்டம் பெற்றவர். எழுத்தாளர், இயக்குநர், நிகழ்த்துநர் ஆகப் பணியாற்றுகிறார். சிறுகதைகள், நாவல்கள், கட்டுரைகள், இசை விமர்சனங்கள் எழுதி வருகிறார். திரைக் கதைகளும் எழுதியுள்ளார். இதுவரை பத்து நாவல்கள் வெளிவந்திருக்கின்றன. எழுத்துப் பணிக்காக பிரான்சின் ப்ரி மெடிசிஸ் விருது, இத்தாலியின் செலேசியோன் காம்பியோ பரிசு, வியாரேக்கியோ – பலாஸ்ஸோ தெல் போஸ்கோ பரிசுகள் ஆகியவற்றைப் பெற்றிருக்கிறார்.

மனைவி இரு மகன்களுடன் ரோமில் வசிக்கிறார்.

சுகுமாரன் (பி. 1957)

மொழிபெயர்ப்பாளர்

கோவையில் பிறந்தவர். அச்சிதழ், தொலைக்காட்சி, நூல் வெளியீட்டுத் துறைகளில் பணியாற்றியவர். கவிஞர், கட்டுரையாளர், நாவலாசிரியர், மொழிபெயர்ப்பாளர். காலச்சுவடு இதழின் பொறுப்பாசிரியர். கனடா தமிழ் இலக்கியத் தோட்டம், கோவை கொடீசியா அமைப்பு ஆகியவற்றின் வாழ்நாள் சாதனையாளருக்கான இயல் விருது, புத்தகத் திருவிழா விருதுகளை 2016, 2023ஆம் ஆண்டுகளில் பெற்றார்.

தொடர்புக்கு: nsukumaran@gmail.com

அன்பார்ந்த வாசகருக்கு,

வணக்கம்.

காலச்சுவடு நூலை வாங்கியமைக்கு நன்றி.

நூலின் உள்ளடக்கம், உருவாக்கம், அட்டைப்படம் இன்ன பிற அம்சங்கள் பற்றிய உங்கள் கருத்துகளையும் ஆலோசனைகளையும் காலச்சுவடு வரவேற்கிறது. தகவல், எழுத்து, வாக்கியப் பிழைகள் தென்பட்டால் அவசியம் தெரிவித்து உதவுங்கள். நூல் தயாரிப்பில் கடும் குறைபாடு இருப்பின் மாற்றுப் பிரதி உங்களுக்குக் கிடைக்கக் காலச்சுவடு ஏற்பாடு செய்யும்.

மின்னஞ்சல்: **publisher@kalachuvadu.com**

காலச்சுவடு நாகர்கோவில் அலுவலகத்திற்குக் கடிதம் அனுப்பலாம்.

தங்கள்
எஸ்.ஆர். சுந்தரம் *(கண்ணன்)*
பதிப்பாளர் — நிர்வாக இயக்குநர்

Unauthorised use of the contents of this published book, whether in e-book or hardcopy format, for any type of Artificial Intelligence (AI) training — including but not limited to Machine Learning, Deep Learning, Natural Language Processing, Computer Vision, Chatbot Training, Image Recognition Systems, Recommendation Engines, and Language Models — is strictly prohibited without prior licensing from the publisher. Any such unauthorised use may result in legal action.

அலெசான்ட்ரோ பாரிக்கோ

பட்டு

தமிழில்
சுகுமாரன்

காலச்சுவடு பதிப்பகம்

SETA by Alessandro Baricco
Copyright © 1996, RCS Libri S.p.A., Milano
All rights reserved

பட்டு ♦ நாவல் ♦ ஆசிரியர்: அலெசான்ட்ரோ பாரிக்கோ ♦ தமிழில்: சுகுமாரன் ♦ முதல் பதிப்பு: டிசம்பர் 2012, பன்னிரண்டாம் பதிப்பு: செப்டம்பர் 2025 ♦ வெளியீடு: காலச்சுவடு பப்ளிகேஷன்ஸ் (பி) லிட்., 669, கே.பி. சாலை, நாகர்கோவில் 629001

pattu ♦ Novel ♦ Author: Alessandro Baricco ♦ Translated by: Sukumaran ♦ Language: Tamil ♦ First Edition: December 2012, Twelfth Edition: September 2025 ♦ Size: Demy 1 x 8 ♦ Paper: 18.6 kg maplitho ♦ Pages: 128

Published by Kalachuvadu Publications Pvt.Ltd., 669, K.P. Road, Nagercoil 629001, India ♦ Phone: 91-4652-278525 ♦ e-mail: publications@kalachuvadu.com ♦ Printed at Mani Offset, Chennai 600077

ISBN: 978-93-81969-64-9

09/2025/S.No. 509, kcp 5984, 18.6 (12) ass

முன்னுரை

காமத்தின் பட்டு

சரியாகப் பத்து ஆண்டுகளுக்கு முன்பு, இத்தாலிய எழுத்தாளர் அலெசான்ட்ரோ பாரிக்கோவின் 'பட்டு' நாவலை அதன் மலையாள மொழிபெயர்ப்பாளரான ஏ.வி. கோபாலகிருஷ்ணன் வாசிப்புக்குப் பரிந்துரை செய்தார். அவர் மலையாளத்தில் சிறுகதை ஆசிரியர். அதைவிட முக்கியமானது உலக இலக்கியத்தின் நுட்பமான வாசகர். ஹாங்காங்கில் ஒரு நிதி நிறுவனத்தில் உயர் அதிகாரியாகப் பணியாற்றிக்கொண்டிருந்தார். வெளிநாட்டு வாசம் மூலம் உலக இலக்கியங்களில் புதுவரவுகளைப் பற்றிய உடனடித் தகவல்களை அறிந்து வைத்திருப்பவராகவும் அவற்றை மலையாளத்துக்கு அறிமுகம் செய்பவராகவும் இருந்தார். நவீன உலகப் படைப்புகள் பலவும் மலையாளத்தில் வெளிவர அவரே காரணமாக இருந்தார். நண்பர், எழுத்தாளர் உண்ணி ஆர். மூலம் அவருடன் தொடர்பு ஏற்பட்டது. தமிழும் கொஞ்சம் கொஞ்சம் தெரிந்த ஏ.வி.ஜி. உரையாடலின்போது எனக்குப் பரிந்துரைத்த இரண்டு நாவல்களில் ஒன்று அலெசான்ட்ரோ பாரிக்கோவின் 'பட்டு.' சிலி எழுத்தாளரான அந்தோனியோ ஸ்கார்மேதாவின் 'தபால்காரன்' (Postman) மற்றது. ('தபால்காரன்' நாவல் பாப்லோ நெரூதாவை முதன்மைப் பாத்திரமாக வைத்து எழுதப்பட்ட படைப்பு. மைக்கேல் ராட்போர்டின் இயக்கத்தில் *Il Postino* என்ற பெயரில் திரைப்படமாக்கப்பட்டது).

ஒருமுறை உரையாடலில் 'பட்டு' நாவலின் மலையாள மொழியாக்கத்தை வாசித்து முடித்ததைப்பற்றிக் குறிப்பிட்டேன். "தமிழில் மொழிபெயர்க்க முடியுமா என்று பாருங்கள். வெளியிட ஆள் உண்டா என்றும் பாருங்கள்... என்னால் அனுமதி வாங்கித் தர முடியும்" என்றார். ஏ.வி.ஜி. ஆங்கிலப் பதிப்பை அமேசான் இணைய அங்காடி வழியாகப் பெறவும் உதவினார். யார் வெளியிடுவார்கள் என்ற கவலையின்றி தனிப்பட்ட விருப்பத்தின் பேரில் முதல் இருபது அத்தியாயங்களைத் தமிழாக்கம் செய்தேன். பிறகு கிடப்பில் போட்டேன். அவருடன் தொடர்பு ஏற்பட்டுத் தொடர்ந்திருந்த நாட்களில் இந்தியா வந்த ஓரிரு முறை நாவலை முடித்துவிட்டேனா என்று ஏ.வி.ஜி. விசாரிப்பார். அதுவரை தமிழாக்கம் செய்த பகுதிகளை வாசிக்கச் சொல்லிக் கேட்பார். அந்தத் தூண்டுதலில் மேலும் சில அத்தியாயங்களை மொழிபெயர்ப்பேன். *2010*ஆம் ஆண்டு ஏ.வி.ஜி. மறைந்தார். 'பட்டு' நாவலின் தமிழாக்கம் பாதியில் நின்றது. இவ்வளவுக்கும் அவரும் நானும் நேரில் சந்தித்துக்கொண்டதில்லை. நீண்ட தொலைபேசி உரையாடல்கள் வழியாகவே நட்பைத் தொடர்ந்திருந்தோம். அந்த நட்புக்கு நாவல் தான் முகாந்திரமாக இருந்தது. நாவலில் வரும் இரண்டு பாத்திரங்கள் - ஹெர்வே ஜான்கரின் மனைவி ஹெலன், ஹரா கீயின் காதலியான ஜப்பானியப் பெண் - எங்கும் சந்தித்துக்கொள்வதேயில்லை. ஆனால், அவர்களின் நிகழாத சந்திப்புத்தான் நாவலை நாவலாக்குகிறது. ஏ.வி.ஜியுடன் எனக்கு நிகழாத நேர்ச் சந்திப்புத்தான் இந்த மொழியாக்கத்துக்கு உத்வேகம் கூட்டியது என்று எண்ணத் தோன்றுகிறது. அந்த நட்புக்கு மரியாதை செலுத்தும் நிமித்தமாகவே மொழியாக்கத்தை மீண்டும் தொடர்ந்தேன். நண்பர் கண்ணனிடம் வற்புறுத்தி மொழியாக்க உரிமையை வாங்கக் கேட்டுக்கொண்டேன். விளைவு இந்த நூல்.

●

உலக இலக்கியத்தில் மகத்தான நாவல்கள் என்று கருதப்படும் படைப்புகளுடன் 'பட்டு' நாவலைச் சேர்த்துப் பேச முடியாது. இது ஓர் எளிய, முக்கோணக் காதல் கதைதான். ஆனால் இலக்கிய எழுத்தின் செறிவையும் இதழியல் எழுத்தின் கச்சிதத்தையும் கொண்டிருப்பதன் மூலம் தவிர்க்க இயலாத படைப்பாக முதன்மை பெறுகிறது.

இந்த எழுத்தியல்பு உலக இலக்கியங்களில் அண்மைக காலங்களில் காணப்படும் போக்கு என்றும் சொல்லப்படுகிறது. இலக்கியப் படைப்புகள் 'துன்புறுத்தும் பிரதிகள்' *(Disturbing*

Text) என்றும் இதழியல் துல்லியத்துடன் உருவாகும் எழுத்துக்கள் 'மகிழ்வுறுத்தும் பிரதிகள்' *(Enjoyable Text)* என்றும் வகைப்படுத்தப்படுகின்றன. உலக அளவில் இன்று விற்பனையில் முதலிடம் வகிக்கும் பிரேசீலிய எழுத்தாளர் பாவ்லோ கொய்லோவின் ஆக்கங்கள் 'மகிழ்வுறுத்தும் பிரதிக'ளுக்கு எடுத்துக்காட்டு. வாழ்வின் அடிப்படை பற்றிய தத்துவ விசாரங்களையும் ஆன்மீகத் தேடலையும் மேற்கொள்வதாக அந்த எழுத்துக்கள் தோற்றமளித்தாலும் அவை மகிழ்வூட்டும் நோக்கையே கொண்டவை. மாறாகப் போர்த்துக்கீசிய எழுத்தாளர் யோசே சரமாகுவின் எழுத்துக்கள் இதழியல் துல்லியம் கொண்டவையாக இருக்கும்போதும் 'துன்புறுத்தும் பிரதிகள்.' இந்த இரண்டு வகைப்பாடுகளும் இணைந்த எழுத்தாளர்களும் இருக்கிறார்கள். உருகுவேயைச் சேர்ந்த ஸ்பானிய எழுத்தாளரான எட்வர்டோ கலியானோ, ஆப்கானிஸ்தானில் பிறந்து அமெரிக்கா வில் வாழும் பாரசீக மொழி எழுத்தாளரான காலித் ஹுசைனி போன்றவர்கள் 'மகிழ்வூட்டும் துன்புறுத்தும் பிரதிகளை' அல்லது 'துன்புறுத்தும் மகிழ்வுப் பிரதிகளை' எழுதுபவர்கள். இவர்கள் வரிசையைச் சேர்ந்த எழுத்தாளர்தான் அலெசான்ட்ரோ பாரிக்கோ. 'பட்டு' என்ற அவரது நாவல் வாசிப்பில் மகிழ்ச்சி யளிப்பது; அதே சமயம் சிந்தித்துப் பார்க்கையில் துன்புறுத்துவது.

பிரெஞ்சு ராணுவத்தில் பிரகாசமான எதிர்காலம் காத்திருக்கும்போது பட்டுப் புழு வியாபார நிமித்தம் உலகின் மறு கோடியான ஜப்பானுக்குப் பயணம் மேற்கொள்கிறான் ஹெர்வே ஜான்கர். அங்கே அவனைக் கவரும் ஜப்பானியப் பெண் அவனுடைய வாழ்க்கையின் தீரா வேட்கையாகிறாள். அவளைச் சந்திப்பதற்காகவே மீண்டும் மீண்டும் கடல் தாண்டுகிறான். அவளைச் சூழ்ந்திருக்கும் மர்மம் அவனை அலைக்கழிக்கிறது. மர்மம் அவிழும்போது என்ன ஆகிறான் என்பதுதான் கதை. ஆனால் இந்தக் கதையைக் காமத்தின் ஊடும் காதலின் பாவுமாக அலெசான்ட்ரோ பாரிக்கோ நேர்த்தியாக நெய்தெடுக்கிறார். காலமும் வரலாறும் அதில் இழைகின்றன. நாவலில் இடம்பெறும் காதலும் காமமும் வாசகனை மகிழ்வுறுத்தும்போது அதில் இழையும் இரக்கமற்ற காலமும் யுத்தப் பின்னணியில் நகரும் வரலாறும் துன்புறுத்துகின்றன.

இந்த நாவலை ஒரு நவீன பவுத்த உருவகக் கதையாக முன்வைக்கும் பார்வையையும் வாசிக்க நேர்ந்தது. ஹெர்வே ஜான்கர் உலகத்தின் மறு முனையை நோக்கிச் செல்லும் பயணம் ஓர் ஏரிக்கரையில் முடிகிறது. வெளிச்சம் சிறகடித்துக் கொண்டும் மேற்பரப்பு ஓயாமல் உருமாறிக்கொண்டுமிருக்கும்

அந்த நீர்நிலை பவுத்த மரபில் வெறுமையின் - சூனியத்தின் - உருவகம். 'இடையிடையே காற்று வீசும் நாட்களில் ஹெர்வே ஜான்கர் ஏரிக்குள் இறங்குவான். அதையே கவனத்தில் இருத்தி, பல மணி நேரங்களைச் செலவழிப்பான். ஏனென்றால் அந்த நீர்ப்பரப்பின் மேல் தனது வாழ்க்கையின் வர்ணிக்க முடியாத காட்சி அதன் எல்லா எளிமையுடனும் வரையப்பட்டிருப்பதைக் கண்டுணர்வதாக அவனுக்குத் தோன்றியது' இவை நாவலின் கடைசி வரிகள். இந்த வரிகளும் வெறுமையின் சின்னமான ஏரியையே குறிப்பிடுவது பவுத்த உருவகக் கதை இந்த நாவல் என்ற பார்வைக்கு ஆதாரமாகக் கூறப்படுகிறது. அது சரிதானா என்பதை வாசகர்கள் தமது வாசிப்பின் மூலம் பரிசீலிக்கலாம்.

●

வாசகனாக அலெசான்ட்ரோ பாரிக்கோவின் 'பட்டு' நாவல் எனக்களித்த இலக்கியப் பரவசத்தை சக வாசகர்களுடன் பகிர்ந்துகொள்ளவே இந்த மொழியாக்கம். தமிழாக்கப் பிரதியை வாசித்துச் செம்மையாக்கி உதவிய நண்பர் 'மண்குதிரை' (ஜெயகுமார்). புத்தக உருவாக்கத்தில் ஈடுபாடு காட்டிய ஷாலினி, கணினியில் அச்சியற்றிய சுபா, முகப்பை வடிவமைத்த தி. முரளி இவர்கள் எல்லாருக்கும் மனமார்ந்த நன்றி.

திருவனந்தபுரம்
டிசம்பர் 2, 2012

சுகுமாரன்

1

அப்பா அவனுக்காக ராணுவத்தில் சாமர்த்தியமான ஓர் எதிர்காலத்தைக் கற்பனைசெய்து வைத்திருந்தபோதிலும் ஹெர்வே ஜான்கர் தனது பிழைப்புக்காக அசாதாரணமான ஒரு தொழிலில் போய்ச் சேர்ந்திருந்தான். இந்தத் தொழிலுக்கு பெண்மை உணர்வுள்ள மற்றொரு பகுதியுடன் உறவு இருந்தது என்பது ஒரு முரண்தான்.

ஹெர்வே ஜான்கர் பிழைப்புக்காகப் பட்டுப் புழுக்களை வாங்கி விற்றான்.

அது 1861ஆம் ஆண்டு. ஃப்ளாபேர் 'மேடம் பவாரி'யை எழுதிக்கொண்டிருந்தார். மின் விளக்கு வெறும் கற்பனையாக இருந்தது. பெருங்கடலுக்கு அப்பால் ஆப்ரஹாம் லிங்கன் தனது ஆயுளில் முடிவுகாண முடியாமற்போன ஒரு யுத்தத்தில் ஈடுபட்டிருந்தார்.

ஹெர்வே ஜான்கருக்கு முப்பத்தி இரண்டு வயதாகியிருந்தது.

அவன் வாங்கி விற்றான்.

பட்டுப்புழுக்கள்.

2

சுருக்கமாகச் சொல்வதானால், மஞ்சள் நிறத்திலோ சாம்பல் நிறத்திலோ இருந்த சின்ன முட்டைகளுக்குள்ளே இறந்து போனவைபோல அசையாமலிருந்த புழுக்களைத் தான் ஹெர்வே ஜான்கர் வாங்கி விற்றான். உள்ளங்கையில் ஆயிரக் கணக்கான முட்டைகளை வைக்கலாம்.

"ஓர் அதிருஷ்டத்தை கைகளுக்குள்ளே வைத்துக்கொண்டிருப்பதாகவும் நீங்கள் சொல்லிக் கொள்ளலாம்."

மே மாதத் தொடக்கத்தில் முட்டை பொரிந்து புழு வெளியே வந்தது. மல்பெரி இலைகளை ஆவேசமாகத் தின்று தீர்த்துவிட்டு மறுபடியும் கூட்டுக்குள் சிறைப்பட்டது. ஆயிரம் மீட்டர் நீளமுள்ள பட்டுநூலின் அதிருஷ்டத்தைத் தக்க வைத்துக்கொண்டு, கணிசமான தொகையை பிரெஞ்சு ஃபிராங்குகளாகத் தக்கவைத்துக்கொண்டு இரண்டு வாரங்களுக்குப் பிறகு அது விடுதலை அடைந்தது. ஹெர்வே ஜான்கரைப்போல நீங்களும் பிரான்சின் தென்பகுதியில் எங்காவது இருந்தால் திட்டமிட்டபடியே எல்லாம் நடந்தது என்று யூகித்துக்கொள்ளலாம்.

ஹெர்வே ஜான்கர் குடியிருந்த நகரத்தின் பெயர் லாவில்லேடியூ.[1]

ஹெலன் என்பது அவன் மனைவியின் பெயர்.

அவர்களுக்குக் குழந்தைகள் இல்லை.

---
1 கடவுளின் சொந்த நகரம்

3

ஐரோப்பாவிலிருந்த முட்டை பொரிப்பகங்களைத் தொடர்ந்து நாசமாக்கிக்கொண்டிருந்த தொற்று நோயைத் தவிர்க்கும் எண்ணத்தில் மத்தியத் தரைக்கடலுக்கு அப்பாலிலிருந்து முட்டைகள் வாங்குவதற்காக ஹெர்வே ஜான்கர் சிரியாவுக்கும் எகிப்துக்கும் போனான். அவனுடைய வேலையின் மிக சாகசமான பகுதி இங்கேதான். ஒவ்வொரு வருடமும் ஜனவரி மாத ஆரம்பத்தில் அவன் புறப்படு வான். கடலில் ஆயிரத்து அறுநூறு மைல்களும் கரையில் எண்ணூறு மைல்களும் பயணம் செய்வான். முட்டைகளைத் தேர்ந்தெடுப்பான். விலை பேசுவான். வாங்குவான். மறுபடியும் கரைமார்க்கமாக எண்ணூறு மைல்களும் கடல்மார்க்கமாக ஆயிரத்து அறுநூறு மைல்களும் பயணம் செய்து வழக்கமான ஏப்ரல் மாத முதல் ஞாயிற்றுக்கிழமையன்று வழக்க மான தேவாலயப் பலிபூசை நேரத்துக்கு லாவில்லே டியூவுக்கு வந்து சேர்ந்துவிடுவான்.

முட்டைகளைத் தயார் செய்வதற்காக இரண்டு வாரம் வேலை செய்வான். பிறகு அவற்றை விற்பான்.

மிச்சமிருக்கிற வருடம் முழுவதும் ஓய்வெடுப்பான்.

4

"ஆப்பிரிக்கா எப்படியிருக்கிறது?" என்று அவர்கள் அவனிடம் கேட்பார்கள்.

"சோர்ந்து போயிருக்கிறது."

நகரத்துக்கு வெளியே அவனுக்கு ஒரு பெரிய வீடு இருக்கிறது. நகரத்துக்கு மத்தியில் ஜீன் பெர்பக்குக்குச் சொந்தமான ஆளில்லாத வீட்டுக்கு நேர் எதிரில் ஒரு சின்ன ஆய்வுக்கூடமு மிருக்கிறது.

ஜீன் பெர்பக் திடீரென்று ஒரு நாள் இனிமேல் பேசுவதில்லை என்று முடிவெடுத்தான். அப்படியே செய்தான். அவன் மனைவியும் இரண்டு மகள்களும் அவனை விட்டு விட்டுப் போனார்கள். அவனும் இறந்துபோனான். யாருக்கும் அந்த வீடு தேவைப்படாததாகப் போயிற்று. அதனால் தான் அந்த வீடு இப்போதும் கைவிடப் பட்டுக் கிடக்கிறது.

ஊர்க்காரர்கள் பார்வையில் ஆடம்பரம் என்று தோன்றுகிற வசதிகளைத் தேடிக்கொள்வதற்கான பணத்தை பட்டுப் புழுக்களை வாங்கி விற்று, தனக்காகவும் மனைவிக்காகவும் ஹெர்வே ஜான்கர் சம்பாதித்திருந்தான். சம்பாத்தியத்தை புத்திசாலித் தனமாக அனுபவிக்கவும் செய்தான். உண்மையில் இப்படித் தேடிய சம்பாத்தியத்தைப் பற்றிய நம்பிக்கை – அது ஒன்றும் அடாத நம்பிக்கையல்ல – அவனை வித்தியாசமானவனாக்கியது. அதைத் தவிர, சொந்த வாழ்க்கையில் பார்வையாளனாக

மட்டுமே இருக்க விரும்புகிற, அதில் பங்காளியாவதைப் பொருத்தமில்லாததாக நினைக்கிறவர்களில் ஒருவனாக இருந்தான்.

மற்றவர்கள் ஒரு மழை நாளைப் பார்ப்பதுபோல இந்த நபர்கள் தங்களுடைய விதியை நினைக்கிறார்கள் என்பதையும் குறிப்பிட வேண்டும்.

5

கேட்டிருந்தால் தன்னுடைய வாழ்க்கை என்றென்றும் இதே வழியில்தான் தொடரும் என்று ஹெர்வே ஜான்கர் சொல்லியிருப்பான். ஆனால், பட்டுப் புழுக்களில் பரவும் பெப்ரீன் என்ற தொற்றுநோய் ஐரோப்பாவிலிருந்த பொரிப்பகங்களின் முட்டை களைப் பாழாக்கியிருந்தது. அறுபதுகளின் ஆரம்பத் தில் இந்த நோய் வெளிநாடுகளில் ஆப்பிரிக்கா வரைக்கும் பரவியிருந்தது. இந்தியாவரைக்கும் பரவியிருந்ததாகவும் சிலர் சொல்கிறார்கள். 1861இல் வழக்கமான பயணம் முடிந்து ஹெர்வே ஜான்கர் கொண்டுவந்த முட்டைகள் எல்லாம் இரண்டு மாதத்துக்குப் பிறகு முழுதாக நாசமடைந்தன. லாவில்லாடியூவும் அதைப் போலவே செல்வத்துக்குப் பட்டு உற்பத்தியை நம்பியிருந்த மற்ற பல நகரங்களும் அந்த வருடத்தை முடிவின் ஆரம்பமாக ஒப்புக் கொள்ள வேண்டிவரும் என்று தோன்றியது. இந்த நோய்க்கான காரணத்தைக் கண்டுபிடிக்க விஞ்ஞானத்தால் கையாலாகாது என்று தோன்றியது. இந்த உலகமும் அதன் வெளிப்பகுதிகளும் விளக்க முடியாத இந்தச் சாபத்தின் பிடியில் அகப்பட்டவை போலத் தோன்றின.

"கிட்டத்தட்ட முழு உலகமும்" பல்தாபியோ மௌனமாகக் கவனித்துக்கொண்டிருந்தான். "கிட்டத்தட்ட" என்று முனகிக்கொண்டே இரண்டு விரற்கடை தண்ணீரை பெர்னாடில் ஊற்றிக் கொண்டான்.

6

இருபது வருடங்களுக்கு முன்பு ஒரு நாள் இந்த நகரத்துக்கு வந்து எந்த முன்னறிவிப்புமில்லாமல் மேயரின் அறைக்குள்ளே நுழைந்து அவருடைய மேஜைமேல் சூரிய அஸ்தமனத்தின் நிறமுள்ள ஒரு பட்டுத்துவாலையை வைத்துவிட்டுக் கேட்ட ஆசாமி பல்தாபியோ.

"இது என்னவென்று உங்களுக்குத் தெரியுமா?"

"பெண்களின் உருப்படி"

"தப்பு. ஆண்களின் உருப்படி. பணம்."

மேயர் அவனைப் பிடித்து வெளியே தள்ளினார். பல்தாபியோ ஆற்றங்கரையில் ஆலையையும் காட்டுக்கு அருகில் புழுக்களை வளர்ப்பதற்காகக் கொட்டகையையும் நாற்சந்தியில் புனித ஆக்னஸுக்கு தேவாலயத்தையும் கட்டினான். சுமார் முப்பது பேரை வேலைக்கு அமர்த்தினான். சக்கரங்களும் கியர்களும் கொண்ட மரத்தால் செய்த ஒரு மர்மமான எந்திரத்துக்காக இத்தாலியில் ஆர்டர் கொடுத்தான். அப்புறம் ஏழு மாதங்கள் அவன் ஒரு வார்த்தைகூடப் பேசவில்லை. பிறகு மேயரைப் பார்க்க மறுபடியும் போய் முப்பதாயிரம் ஃபிராங்குகள் மதிப்புள்ள புதிய நோட்டுக் கட்டுகளை அவருடைய மேஜைமேல் போட்டான்.

"இது என்னவென்று உங்களுக்குத் தெரியுமா?"

"பணம்."

"தப்பு. நீங்கள் ஒரு வெறும் மரமண்டை என்பதற்கான ஆதாரம்."

அதையெல்லாம் எடுத்துப் பையில் போட்டுக் கொண்டு இறங்கத் தயாரானான்.

மேயர் அவனைத் தடுத்தார்.

“நான் என்ன இழவைச் செய்ய வேண்டும் என்கிறீர்கள்?”

“ஒன்றும் செய்ய வேண்டாம். நீங்கள் சீக்கிரமே ஒரு பணக்கார நகரத்தின் மேயர் ஆகிவிடுவீர்கள்.”

ஐந்து வருடங்களுக்குப் பிறகு லாவில்லேடியூவில் ஏழு மில்கள் இருந்தன. பட்டுப்புழுக்கள் வளர்ப்பதிலும் பட்டுநூல் உற்பத்தி செய்வதிலும் ஐரோப்பாவிலேயே முக்கியமான மையங்களில் ஒன்றாக அது மாறியது. அவை எல்லாம் பல்தாபியோவுக்குச் சொந்தமானவையாக இருக்கவுமில்லை. உள்ளூர்ப் பிரமுகர்களும் நிலவுடைமையாளர்களும் இந்த அசாதாரணமான வியாபார முயற்சியில் அவனைப் பின் தொடர்ந்தார்கள்.

சிக்கல் எதுவும் உண்டாகாத விதம் வியாபாரத் தந்திரங்களை ஒவ்வொருவருக்கும் சொல்லிக்கொடுத்தான் பல்தாபியோ.

சாக்கு நிறையப் பணம் பண்ணுவதைவிட எத்தனையோ மடங்கு சுவாரசியத்தை இதில் அவன் அடைந்தான். கற்றுக் கொடுப்பதில் வெளிப்படுத்த ரகசியங்கள் இருப்பதில் அப்படிப் பட்டவனாக இருந்தான் அவன்.

7

எட்டு வருடங்களுக்கு முன்பு ஹெர்வே ஜான்கருடைய வாழ்க்கையை மாற்றியதும் பல்தாபியோதான். ஐரோப்பாவில் உற்பத்தியாகும் பட்டுப் புழுக்களைத் தொற்று நோய் பீடிக்கத் தொடங்கிய நாட்கள் அவை. கொஞ்சம்கூடப் பயமில்லாமல் பல்தாபியோ நிலைமையை ஆராய்ந்தான். பிரச்சனை தீரப்போவதில்லை யென்றும் அதிலிருந்து விலகி வேறு வழியைக் கண்டுபிடிக்க வேண்டும் என்றும் தீர்மானித்தான். அவனிடம் ஒரு யோசனை இருந்தது. அதைச் செயல்படுத்த ஒரு ஆள் தேவையாக இருந்தது. ராணுவத் துணை லெஃப்டினென்டின் சீருடை யில் சூட்டிகையாகவும் விடுமுறையிலிருக்கும் சிப்பாயின் பெருமிதத்துடனும் வெர்தன் கஃபே முன்னால் ஹெர்வே ஜான்கர் நடந்துபோவதைக் கவனித்ததும் அப்படிப்பட்ட ஆளைக் கண்டு பிடித்துவிட்டதாக உணர்ந்தான்.

அப்போது அவனுக்கு வயது இருபத்து நான்கு. பல்தாபியோ அவனை வீட்டுக்கு அழைத்தான். விநோதமான பெயர்கள் நிரம்பிய நிலப்படத்தை அவனுக்கு முன்னால் விரித்துக் காட்டிச்சொன்னான்:

"பையா, பாராட்டுகள். கடைசியில் நீ உனக்கான வேலையைக் கண்டுகொண்டாய்."

பட்டுப்புழுக்கள், முட்டைகள், பிரமிடுகள், கடற் பயணங்கள் எல்லாவற்றையும் பற்றிய விரிவான தகவல்களை ஜான்கர் கவனமாகக் கேட்டான். பிறகு சொன்னான்:

"என்னால் முடியாது."

"ஏன் முடியாது?"

"இரண்டு நாட்களில் என்னுடைய விடுமுறை முடிந்துவிடும். நான் பாரீசுக்குப் போக வேண்டும்."

"ராணுவ வேலைக்கா?"

"ஆமாம். அதைத்தான் என் அப்பா விரும்புகிறார்."

"பரவாயில்லை."

அவன் ஹெர்வே ஜான்கரை அவனுடைய தகப்பனார் முன்னால் பிடித்துக்கொண்டு போனான். எந்த முன்னறிவிப்பு மில்லாமல் அவருடைய வாசிப்பறைக்குள் நுழைந்தபடியே கேட்டான்:

"இது யார் என்று உங்களுக்குத் தெரியுமா?"

"என் மகன்."

"இன்னொரு தடவை பாருங்கள்."

தோல் கைப்பிடி போட்ட சாய்வு நாற்காலியில் சாய்ந்து உட்கார்ந்து வியர்த்தார்.

"என் மகன் ஹெர்வே. இரண்டு நாட்களில் பாரீசுக்குப் போகப் போகிறான். கடவுளின் கருணையும் புனித ஆக்னசின் ஆசியுமிருந்தால் நமது ராணுவத்தில் பிரகாசமான எதிர்காலம் அவனுக்குக் காத்திருக்கிறது."

"உண்மைதான். சிக்கல் என்னவென்றால் கடவுளுக்குப் பொரிக்க வேறு மீன்கள் இருக்கின்றன. புனித ஆக்னஸால் சிப்பாய்களைப் பொறுத்துக்கொள்ள முடியாது."

ஒரு மாதத்துக்குப் பிறகு ஹெர்வே ஜான்கர் எகிப்துக்குப் போனான். அடெல் என்ற கப்பலில் பயணம் செய்தான். அறைகளிலெல்லாம் கப்பலின் வாடை பரவியிருந்தது. வாட்டர்லூவில் போர் செய்திருப்பதாகச் சொல்லிக்கொள்ளும் ஓர் ஆங்கிலேயன் கப்பலில் இருந்தான். மூன்றாம் நாள் மாலை தொடுவானத்தில் தள்ளாடிக் குதிக்கும் அலைகளைப் போல ஒரு டால்ஃபின் மீனின் பளிச்சிடலை அவர்கள் பார்த்தார்கள். ரூலெட் சக்கரம் பதினாறு முறை வட்டமிட்டது.

இரண்டு மாதங்களுக்குப் பிறகு, ஏப்ரல் மாதம் முதல் ஞாயிற்றுக் கிழமை பிரதான திருப்பலிப் பூசை நடக்கும் நேரத்தில் இரண்டு பெரிய மரப்பெட்டிகளில் பஞ்சில் பொதிந்த ஆயிரக்கணக்கான முட்டைகளுடன் அவன் திரும்பி வந்தான்.

அவனுக்குச் சொல்வதற்கு நிறைய இருந்தது. ஆனால், அவர்கள் இருவரும் தனித்து இருந்தபோது பல்தாபியோ கேட்டது இவ்வளவுதான்:

"டால்ஃபின்களைப் பற்றிச் சொல்லு."

"டால்ஃபின்களா?"

"நீ அவற்றைப் பார்த்த நேரத்தைப் பற்றி."

உங்களைப் பொறுத்தவரை அதுதான் பல்தாபியோ.

அவனுக்கு எத்தனை வயது என்று யாருக்கும் தெரியாது.

8

"கிட்டத்தட்ட மொத்த உலகமும்" என்று தன்னுடைய கண்ணாடிக் கோப்பையில் ஊற்றி யிருந்த பெர்னாடில் இரண்டு விரற்கடை அளவு நீரை அமைதியாகக் கலந்துகொண்டிருந்தான்.

ஓர் ஆகஸ்டு மாத இரவு. நள்ளிரவைத் தாண்டி யிருந்தது. வழக்கமாக இந்த நேரத்துக்கெல்லாம் வெர்தன் கஃபே மூடப்பட்டிருக்கும். நாற்காலிகள் எல்லாம் தலைகீழாகக் கவிழ்க்கப்பட்டு மேசைகள் மேல் வரிசையாக அடுக்கப்பட்டிருந்தன. கௌன்டர்கள் துடைத்துச் சுத்தம் செய்யப்பட் டிருந்தன. விளக்குகள் அணைக்கப்பட்டு கடையை மூட வேண்டியதுதான் பாக்கி. ஆனால் வெர்தான் காத்திருந்தான். பல்தாபியோ பேசிக்கொண்டிருந் தான்.

எரிந்து தீர்ந்த சிகரெட் உதடுகளுக்கிடையில் இருக்க அவனுக்கு எதிரில் அசைவற்று உட்கார்ந்து எட்டு ஆண்டுகளுக்கு முன்பு தன்னுடைய விதியை ஆவேசமான முறைக்கு மாற்ற அந்த மனிதனிடம் விட்டுக் கொடுத்தது போலவே ஹெர்வே ஜான்கர் கவனித்துக்கொண்டிருந்தான். பெர்னாடை அருந்தும் இடைவேளை ஒழிந்தபோது கேட்கும் அவனுடைய குரல் தெளிவாகவும் அமைதியாகவும் இருந்தது. கடைசியாக அவன் சொன்னது இது:

"வேறு வழி இல்லை. நாம் வாழவேண்டு மானால் அங்கே போகத்தான் வேண்டும்."

மௌனம்.

கௌன்டர்மேல் கவிழ்ந்து கிடந்த வெர்தன் அவர்கள் இருவரையும் பார்த்தான்.

பல்தாபியோ கண்ணாடிக் கோப்பையில் அடியில் மிச்சமிருந்த கடைசித் துளி பெர்னாடைக் கண்டுபிடிப்பதில் மும்முரமாக இருந்தான்.

ஹெர்வே ஜான்கர் பேசத் தொடங்கும் முன்பு சிகரெட்டை மேஜை விளிம்பில் வைத்தான்.

"இந்த இடம், ஜப்பான், சரியாக எங்கே இருக்கிறது?"

பல்தாபியோ தன்னுடைய கைப் பிரம்பின் முனையால் புனித ஆக்னஸ் தேவாலயத்தின் மேற்கூரைகளுக்கு அப்பால் சுட்டிக் காட்டினான்.

"அந்த வழியில் போய்க்கொண்டே இருக்க வேண்டும்."

அவன் சொன்னான்:

"உலகத்தின் கடைசிவரைக்கும்."

9

அந்தக் காலத்தில் உண்மையாகவே ஜப்பான் உலகத்தின் மறுபக்கத்தில்தான் இருந்தது. தீவுகளாலான ஒரு தீவாக இருந்தது. ஐரோப்பாக் கண்டத்துடன் தொடர்புகளை அறுத்துக்கொண்டும் எல்லா வெளிநாட்டுக்காரர்களுக்கும் அனுமதி மறுத்துக்கொண்டும் இருநூறு வருடங்களுக்கும் மேலாக மற்ற மக்கள் கூட்டத்திலிருந்து முழுமையாகத் துண்டிக்கப்பட்டும் வாழ்ந்துகொண்டிருந்தது. சீனப் பெரும் கரை ஏறத்தாழ இருநூறு மைல்களுக்கு அப்பால் கிடந்தது.

தீவில், ஒன்றுக்கு மேற்பட்ட பாய்மரங்களைக் கொண்ட பயணக் கலங்களின் கட்டுமானத்தை மேற்கொள்ளக் கூடாது என்ற சக்ரவர்த்தியின் கட்டளை உண்மையில் இந்தத் தூரத்தை அதிகரிப்பதில் பலனளித்தது. சொந்தப் பகுத்தறிவைப் பின்தொடரும் தர்க்கத்தைத் தவிர குடியேற்றத்துக்குத் தடையாக எந்தச் சட்டமும் இருக்கவில்லை. இருந்தாலும், திரும்பிப் போக முயல்பவர்களுக்கு மரண தண்டனை விதிக்கப்பட்டது. சீன, டச்சுக்கார, ஆங்கிலேய வணிகர்கள் இந்த அபத்தமான தனிமைப் படுத்தலை மீற திரும்பத் திரும்ப முயன்றார்கள். கள்ளக் கடத்தல்காரர்களின் பலவீனமானதும் அபாயகரமானதுமான ஒரு பின்னலை உருவாக்கியதைத் தவிர அவர்களாலும் வேறு ஒன்றும் செய்ய முடியவில்லை. இவையெல்லாமும் அவர்களுக்கு மிகவும் அற்பமான வருமானத்தையும் ஏராளமான இடையூறுகளையும் மட்டுமே கொடுத்தன; கூடவே அந்தி நேரங்களில் துறைமுகங்களில் சில்லறையாக விற்பனை செய்வதற்குச் சில கதைகளையும். ஆனால் அவர்கள் தோல்வியடைந்த இடத்தில் அமெரிக்கர்கள் வெற்றியடைந்தார்கள். அவர்களின்

படைபலத்துக்கு நன்றி. 1853ஆம் ஆண்டு ஜூலை மாதம் கமாண்டர் மாத்யூ சி. பெரி, யோகோஹாமா வளைகுடாவுக்கு நவீன நீராவி எந்திரம் பொருத்தப்பட்ட கப்பலில் பயணம் செய்து தீவை வெளிநாட்டவர்களுக்குத் திறந்துவிட 'விருப்பம்' தெரிவிக்க வேண்டுமென்ற இறுதி எச்சரிக்கையைப் பிறப்பித்துச் சென்றார்.

காற்றை எதிர்த்துக் கடலோடும் கப்பலை ஜப்பானியர்கள் அதற்கு முன்பு ஒருபோதும் பார்த்திருக்கவில்லை.

ஏழு மாதங்களுக்குப் பிறகு, இறுதி எச்சரிக்கை விடுத்தற்குப் பதிலைப் பெறுவதற்காக பெரி திரும்ப வருவதற்கு முன்பே நாட்டின் வடக்குப் பகுதியிலிருந்த இரண்டு துறைமுகங்களை வெளிநாட்டவர்களுக்குத் திறந்துவிடுவதற்கான ஒப்பந்தத்தில் கையெழுத்திட ஆயத்தமாக இருப்பதாகத் தீவுகளின் ராணுவ அரசு ஒப்புக்கொண்டது. அதில் ஒன்றின் தொடக்க விழா வியாபாரத் தொடர்புகளைக் கணக்கில் கொண்டிருந்தது. கமாண்டர் கம்பீரமாகப் பிரகடனம் செய்தார். "இந்தத் தீவைச் சூழ்ந்திருக்கும் கடல் இன்று மிகவும் ஆழம் குறைந்ததாக மாறியிருக்கிறது."

10

பல்தாபியோ இந்தக் கதைகளையெல்லாம் தெரிந்துவைத்திருந்தான். அதற்கும் மேலாக அங்கே போயிருந்தவர்கள் சொல்லும் கதைகளில் அடிக்கடி மேலழுந்து வரும் ஐதீகத்தைப் பற்றியும் தெரிந்துவைத்திருந்தான். இந்த உலகத்திலேயே மிக மேன்மையான பட்டு அந்தத் தீவில் தான் உற்பத்தி செய்யப்படுவதாகச் சொல்லப்பட்டது. மாயமான ஒரு துல்லியத்தை எட்டியிருந்த சடங்குகளுக்கும் ரகசியங்களுக்கும் ஏற்ப ஆயிரமோ அல்லது அதற்கும் மேற்பட்ட ஆண்டுகளாகவோ அவர்கள் பட்டை உற்பத்தி செய்துகொண்டிருந்தார்கள். இது ஒன்றும் கட்டுக் கதையல்ல; தூய உண்மை, எளிய உண்மை என்பது பல்தாபியோவின் மனதுக்குள் ஓடிக்கொண்டிருந்தது. ஜப்பானியப் பட்டு நூலால் நெய்த ஒரு முகத்திரையை அவன் முன்பு விரல்களுக்கிடையில் பிடித்திருந்திருக்கிறான். அதுதான் கனமேயில்லாமல் விரல்களைப் பற்றியது போல வெறுமையாக இருந்தது. பெப்ரின் கிருமித் தாக்குதலாலும் நோய்வாய்ப்பட்ட முட்டைகளாலும் எல்லாம் உருத்திரிந்து போனதாகத் தோன்றிய போது அவன் இப்படி யோசித்தான்.

பட்டுப்புழுக்கள் நிரம்பிய ஒரு தீவு இருக்கிறது. கடந்த இருநூறு வருடங்களாக சீன வியாபாரி யாருமோ ஆங்கிலேய காப்புறுதி முகவரோ காலூன்றுவதில் ஒருபோதும் வெற்றிபெறாத அந்தத் தீவில் எந்தத் தொற்று நோயும் ஒருபோதும் சென்றிருக்காது.

இப்படி யோசிப்பதை அவன் தனக்குள்ளேயே மூடி வைத்துக்கொள்ளவில்லை. லாவில்லேடியூவி லிருந்த எல்லாப் பட்டு நூல் வியாபாரிகளையும் கஃபே வெர்தனில் திரட்டி எல்லாவற்றையும்

சொன்னான். அவர்களில் ஒருவர்கூட ஜப்பானைப் பற்றிக் கேள்விப்பட்டிருக்கவில்லை.

"வெளிநாட்டவர்களைப் பார்த்ததுமே தூக்கிலேற்றுகிற அந்த இடத்துக்கு, கடவுள் நம்மோடு பொறுப்பாராக, இந்த உலகத்தைக் கடந்துபோய் முட்டைகளை வாங்க வேண்டுமா?"

"அவர்கள் தூக்கிலேற்றினார்கள்" என்று திருத்தினான் பல்தாபியோ.

என்ன யோசிப்பது என்று அவர்களுக்குத் தெரியவில்லை. சிலர் எதிர்ப்புத் தெரிவிக்க நினைத்தார்கள்.

இன்னொரு பல்தாபியோவின் குறைவு இந்த உலகத்துக்கு இருக்கிறது. அதைக் கணக்கிலெடுத்தால் பல்தாபியோ வெட்டிப் பேச்சுப் பேசியதாகத் தோன்றும். எனினும் அவன் நேரடியான பதிலைச் சொல்லத் தீர்மானித்தான்.

"இப்போது ஜப்பானியர்கள் தங்கள் பட்டை விற்க இசைந்திருக்கிறார்கள். ஆனால் முட்டைகளை அல்ல. அதன் மேல் அவர்கள் இறுக்கமான பிடியை வைத்திருக்கிறார்கள். முட்டைகளுடன் அந்தத் தீவை விட்டு வெளியேற முயன்றால் அது குற்றம்."

ஏறத்தாழ லாவில்லேடியூ பட்டு வியாபாரிகள் எல்லாருமே கனவான்கள். தங்கள் நாட்டுச் சட்டம் எதையாவது மீற வேண்டும் என்ற எண்ணம் ஒருபோதும் அவர்கள் மனங்களில் எழுந்த தில்லை. இருந்தாலும் உலகத்தின் மறுபக்கத்தில் அப்படிச் செய்யலாம் என்ற யோசனை முற்றிலும் நியாயமானதுதான் என்று அவர்களுக்குத் தோன்றியது.

11

ஆண்டு 1861. ஃப்ளாபேர் 'மேடம் பவாரி'யை எழுதி முடித்துக்கொண்டிருந்தார். மின் விளக்கு ஒரு கற்பனையாக இருந்தது. பெருங்கடல்களுக்கு அந்தப் பக்கம் ஆப்ரஹாம் லிங்கன் தன் வாழ்நாளில் முடிவைக் காணவியலாத யுத்தத்தில் ஈடுபட்டிருந்தார். லா வில்லேடியூ பட்டு உற்பத்தியாளர்கள் எல்லாரும் சேர்ந்து கடற்பயணத்துக்குத் தேவையான கணிசமான தொகையைத் திரட்டி, அதை ஹெர்வே ஜான்கரிடம் ஒப்படைப்பதுதான் தர்க்கபூர்வமானது என்று கண்டுபிடித்திருந்தார்கள். அதைப் பெற்றுக்கொள்ளும்படி பல்தாபியோ கேட்டுக் கொண்டபோது அவன் பதிலாக ஒரு கேள்வியைக் கேட்டான்.

"இந்த இடம் ... இந்த ஜப்பான், சரியாக எங்கே இருக்கிறது?"

"வெறுமனே போய்க்கொண்டே இரு. உலகத்தின் கடைசிவரைக்கும்."

அக்டோபர் ஆறாம் தேதி அவன் புறப்பட்டான். தன்னந்தனியாக.

லா வில்லேடியூவின் எல்லையில் மனைவி ஹெலனைக் கட்டியணைத்துக்கொண்டு சொன்னான்;

"நீ எதைப் பற்றியும் கவலைப்படாதே."

அவள் நல்ல உயரமானவள்; அவள் மெதுவாக நடந்தாள்; அவளுடைய நீண்ட கருங்கூந்தலை அவள் ஒருபோதும் முடிந்திருக்கவில்லை; அவளுடையது மிக அழகான குரல்.

அலெசான்ட்ரோ பாரிக்கோ

12

ஹெர்வே ஜான்கர் எண்பதாயிரம் பிராங்கு மதிப்புள்ள தங்கத்தையும் பல்தாபியோ அவனிடம் கொடுத்திருந்த மூன்று நபர்களின் பெயர்களுடனும், ஒரு சீனன், ஒரு டச்சுக்காரன், ஒரு ஜப்பானியன் – பயணத்தைத் தொடங்கினான்.

மெட்சுக்கு அருகில் எல்லையைக் கடந்து வுர்ட்டம் பர்க்குக்குள்ளேயும் பவேரியாவுக்குள்ளேயும் பயணம் செய்து ஆஸ்திரியாவுக்குள் நுழைந்து ரயில் மூலமாக வியன்னாவுக்கும் புடாபெஸ்டுக்கும் வந்து சேர்ந்து அங்கிருந்து கீவுக்குப் பயணத்தைத் தொடர்ந்தான். குதிரையில் ஏறி ரஷ்யாவின் ஸ்டெப்பி புல்வெளிகள் வழியாக இரண்டாயிரம் கிலோ மீட்டர்கள் தாண்டி யூரல் மலைகளைக் கடந்து சைபீரியாவுக்குள் நுழைந்து நாற்பது நாட்கள் தொடர்ந்து பயணம் செய்து உள்ளூர் வழக்கில் 'கடல்' என்று அழைக்கப்படும் பைகல் ஏரியை அடைந்தான். ஆமூர் நதியில் இறங்கிக் கடலுடன் கலக்கும் இடம் வரை சீன எல்லையோரமாகப் பயணம் செய்து சாபிர்க் துறைமுகத்தை அடைந்து டச்சுக் கடத்தல்காரர்களின் கப்பல் வந்து சேர்வதற்காகப் பதினோரு நாட்கள் காத்திருந்த பின்பு அவர்கள் அவனை ஜப்பானின் மேற்குக் கடற்கரையிருக்கும் தெரயா முனைக்குக் கொண்டுவந்து விட்டார்கள். குறுக்கு வழிகளில் நடந்து இஷிக்காவா, டோயாமா, நைகட்டா மாவட்டங்களைக் கடந்து ஃபுக்குஷிமா மாவட்டத்துக்குள் நுழைந்து ஷிராக்காவா நகரத்தை அடைந்து கிழக்குப் பக்கமாகப் போய் இரண்டு நாட்கள் ஒரு கறுப்பு மனிதனுக்காகக் காத்திருந்து அவன் வந்து கண்ணைக் கட்டி குன்றின் மேலிருக்கும் ஒரு கிராமத்துக்குக் கூட்டிக்கொண்டு போய்விட்டான். அன்றைய இரவை அங்கேயே கழித்துவிட்டு மறுநாள், வாயே திறக்காத முகத்தைக்

கறுப்பு நிறப் பட்டுத் திரையால் மறைத்திருந்த ஒருவனிடம் பேரம் பேசி முட்டைகளை வாங்கினான். அஸ்தமனப் பொழுதில் முட்டைகளைப் பெட்டியில் வைத்து மூடி ஜப்பானுக்கு முதுகைக் காட்டிக்கொண்டு திரும்பப் பயணத்தைத் தொடங்கினான்.

கிராமத்தின் கடைசி வீடுகளைத் தாண்டியும் தாண்டாமலும் நடந்துகொண்டிருந்தபோது ஒருவன் அவனை முந்திக் கொண்டு ஓடி வந்து நிறுத்தினான். உத்தரவிடும் தொனியிலும் பரவசத்துடனும் அவனிடம் என்னவோ சொன்னான்.

அவனை இறுக்கமாகப் பற்றிப் பணிவுடன் திரும்பி நடக்கச் செய்தான்.

ஹெர்வே ஜான்கர் ஜப்பானிய மொழியில் பேசவில்லை; அதனால் அந்த மனிதனைப் புரிந்துகொள்ள முடியவில்லை.

ஹரா கீய் தன்னைப் பார்க்க விரும்புகிறான் என்பதை மட்டும் அவனால் ஊகிக்க முடிந்தது.

13

ஓவியத் தாள் ஒட்டிய தடுப்பை அவர்கள் நகர்த்தினார்கள். ஹெர்வே ஜான்கர் உள்ளே நுழைந்தான். ஹரா கீய் அறையின் இன்னொரு மூலையில் மண்டியிட்டு உட்கார்ந்திருந்தான். அடர்ந்த நிறத்திலுள்ள தளர்வான அங்கியை அணிந்திருந்தான்.

நகைகள் எதுவுமில்லை. சாம்பல் நிறப் பாயில் தீச் சுவாலைபோலப் பரவிக் கிடந்த நீளமான ஆடையின் சுருக்கங்களில் கைகளை மறைத்து வைத்துக்கொண்டு கண்களை மூடியபடி அவனுடைய மடியில் படுத்துக் கிடந்த ஒரு பெண்ணைத் தவிர அவனுடைய அதிகாரத்தை வெளிப்படுத்தக் கூடிய எந்த அடையாளமும் இருக்கவில்லை. அவன் சாவதானமாக அவளுடைய கூந்தலில் அளைந்து கொண்டிருந்தான். தூங்கிக்கொண்டிருக்கும் டாம்பீகமான ஒரு விலங்கை அவன் வருடிக் கொண்டிருப்பதுபோல இருந்தது அது.

ஹெர்வே ஜான்கர் அறையைக் குறுக்காகக் கடந்து விருந்தளிப்பவனின் சமிக்ஞைக்காகக் காத்திருந்துவிட்டு அவன் எதிரில் உட்கார்ந்தான். கண்கள் பரஸ்பரம் சந்தித்துக்கொள்ள மௌனமாக அப்படியே உட்கார்ந்திருந்தார்கள். யாராலும் கவனிக்கப்படாமல் ஒரு பணியாள் வந்து இரண்டு தேநீர்க் கோப்பைகளை அவர்கள் முன்னால் வைத்தான். அப்படியே காணாமற்போனான். பின்னர் ஹரா கீய் தன்னுடைய மொழியில் பேசத் தொடங்கினான். அவனுடைய குரல் வேதனை எழுப்புவதுபோலத் தொனிக்கும் செயற்கையான பாடலின் ஒலியாக இருந்தது. ஹெர்வே ஜான்கர் கவனமாகக் கேட்டுக்கொண்டிருந்தான். தன்னுடைய பார்வையை ஹரா கீயின் கண்களில் பதித்திருந்தான்.

இமைப்பொழுது மட்டும் எப்படியென்று உணர முடியாமல் அவன் கண்கள் அந்தப் பெண்ணின் முகத்தில் விழுந்தன.

அது ஓர் இளம் பெண்ணின் முகம்.

அவன் மறுபடியும் கண்களை உயர்த்தினான்.

ஹரா கீய் பேச்சை நிறுத்தித் தேநீர்க் கோப்பைகளில் ஒன்றை எடுத்து உதட்டருகே கொண்டு போய் ஒரு நொடி தயங்கிய பின்பு சொன்னான்.

"நீங்கள் யாரென்று சொல்லப் பாருங்கள்."

பிரெஞ்சு மொழியில், உயிரெழுத்துகளைத் தேர்ந்தெடுத்தது போல கனத்த, ஆத்மார்த்தமான குரலில் அவன் இதைச் சொன்னான்.

14

ஜப்பானிலேயே யாருக்கும் பிடிபடாதவனும் தீவை நடத்திச் செல்லுவதற்காகத் திட்டமிட்ட எல்லாவற்றுக்கும் தலைவனுமான மனிதனிடம் ஹெர்வே ஜான்கர், தான் யார் என்பதை எடுத்துச் சொல்ல முயன்றான். அதை அவன் தன்னுடைய மொழியிலேயே ஹரா கீயால் புரிந்துகொள்ள முடியாது என்பதால் வேகமாக அல்லாமல் மெதுவாகச் சொல்லிக்கொண்டிருந்தான். உள்ளுணர்வின் எச்சரிக்கைகளைப் புறக்கணித்து, முழு உண்மையை, எதையும் இட்டுக் கட்டாமலும் எதையும் மறைக்காமலும் எளிய வார்த்தைகளில் சொன்னான். சின்னத் தகவல்களையும் சிக்கலான நிகழ்ச்சிகளையும் ஒரே தட்டையான தொனியில் குறைந்த அளவு சமிக்ஞைகளுடன், தீ விபத்திலிருந்து தப்பிய பொருட்களின் பட்டியலை வாசிப்பது போன்ற மகிழ்ச்சியற்ற, சார்பில்லாத, வசியத்துக்கு ஆட்பட்டது போன்ற குரலில் சொன்னான். தன்னுடைய முகத்தோற்றத்தில் எந்தவிதச் சிமிட்டலும் காட்டாமல் ஹரா கீய் அதை உற்றுக் கேட்டுக்கொண்டிருந்தான். விடைபெறல் கடிதத்தின் கடைசி வரிகளில் பதிவது போல் அவனுடைய கண்கள் ஹெர்வே ஜான்கரின் உதடுகள் மீது பதிந்திருந்தன. அந்த அளவுக்கு அறை மௌனமாகவும் அசைவற்றும் இருந்ததாலோ என்னவோ அடுத்ததாக நிகழ்ந்தது, அதில் எதுவுமில்லையென்றாலும், பெரும் விளைவை ஏற்படுத்தக் கூடியதாகத் தோன்றியது.

திடீரென்று
சின்ன அசைவுகூட இல்லாமல்
அந்த இளம் பெண்
கண்களைத் திறந்தாள்.

ஹெர்வே ஜான்கர் பேச்சைத் தொடர்ந்தான். உள்ளுணர்வு காரணமாக அவன் கண்கள் அவளுடைய கண்கள்மீது தழைந்தன. பேசிக்கொண்டிருக்கும்போதே அவளுடைய கண்களுக்குக் கீழ்த் திசைச் சாயல் இல்லை என்றும் அவை மனநிலையைக் குலைக்கும் தீவிரத்துடன் தன்னுடன் பிணைந்திருப்பதையும் கண்டான். ஆரம்பத்திலிருந்தே அவை தாழ்த்திய இமைகளுக்கு இடையிலிருந்து அப்படிச் செய்வதாகவும் தோன்றியது. ஹெர்வே ஜான்கர், தன்னால் முடிந்த அளவுக்குப் பார்வையை வேறு திசைக்கு மாற்றிக்கொண்டு குரலில் இம்மியளவு மாற்றம் தெரியாமல் விவரிப்பைத் தொடர முயன்றான். அவனுக்கு முன்னால் தரையில் வைக்கப்பட்டிருந்த தேநீர்க் கோப்பைமீது கண்கள் நிலைத்தபோதுதான் பேச்சை நிறுத்தினான். ஒரு கையால் அதை எடுத்து உதட்டருகே கொண்டுபோய் ஒரு மிடறு பருகினான். கோப்பையைத் திரும்ப வைத்துவிட்டு மீண்டும் கதையைத் தொடர்ந்தான்.

15

பிரான்ஸ், கடற்பயணங்கள், லாவில்லே டியூவிலிருக்கும் மல்பெரிகளின் மணம், நீராவி எஞ்சின் பூட்டிய ரயில்கள், ஹெலனின் இனிய குரல். தன்னுடைய வாழ்க்கையைப் பற்றி முன்பு எப்போதும் சொல்லியிராத வகையில் ஹெர்வே ஜான்கர் தொடர்ச்சியாகச் சொல்லிக்கொண்டிருந்தான். அந்தப் பெண் தீர்க்க கவனத்துடன் தன்னையே உற்றுப் பார்த்துக்கொண்டிருந்ததால் ஒவ்வொரு வார்த்தையும் அசாதாரணமான அர்த்தம் கொண்டதாக இருக்கும்படி வலுவேற்றக் கடமைப்பட்டிருப்பதாக அவன் உணர்ந்தான். அறை மீண்டும் ஆழ்ந்த மௌனத்துக்குத் திரும்பியதாகத் தோன்றியது. அந்த மொத்த அமைதியில் அவள் எதிர்பாராத விதமாக தன்னுடைய அங்கிக்குள்ளிருந்து கையை வெளியே எடுத்து முன்னால் இருந்த பாயை நோக்கி நகர்த்தினாள். ஹெர்வே ஜான்கர் தன்னுடைய காட்சிப் புலனை இந்த மங்கலான மோதல் அழுத்துவதை உணர்ந்தான். அந்தக் கையின் சலனம் அத்துமீறித் தனது வழியில் நகர்ந்து ஹரா கீயின் கோப்பையைத் தாண்டி அடுத்த கோப்பையைப் பற்றுவதுவரை தொடர்ந்தது; அந்தக் கோப்பை அவன் குடித்து வைத்த கோப்பையாகவே இருக்கும். அவளுடைய கை கோப்பையை எடுத்து உயர்த்தியது. ஹரா கீய் தன்னுடைய உணர்ச்சியில்லாத கண்களை ஹெர்வே ஜான்கரின் உதடுகளின் மேலிருந்து நொடி நேரம்கூட அகற்றாமலிருந்தான்.

பெண் மெதுவாகத் தலையை உயர்த்தினாள்.

முதன் முறையாக அவள் ஹெர்வே ஜான்கர் மேலிருந்து பார்வையை எடுத்து கோப்பைக்கு மாற்றினாள்.

அவள் கோப்பையை எடுத்து மெதுவாக, அவன் குடித்த அதே இடத்தை தன்னுடைய உதடுகள் அடையும்வரை சுழற்றினாள்.

அவள் கண்களை மூடிக்கொண்டு ஒரு மிடறு தேநீரைப் பருகினாள்.

அவள் உதடுகளிலிருந்து கோப்பையை எடுத்தாள்.

அவள் அதை எங்கேயிருந்து எடுத்தாளோ அங்கேயே திரும்ப வைத்தாள்.

அவள் தன்னுடைய கையை அங்கிக்குள் இழுத்துக் கொண்டாள்.

அவள் திரும்பவும் ஹரா கீயின் மடியில் தலைவைத்துப் படுத்தாள். அவளுடைய கண்கள் ஹெர்வே ஜான்கரின் கண்களுடன் பிணைந்து திறந்தே இருந்தன.

16

ஹெர்வே ஜான்கர் நீண்ட நேரமாகப் பேசிக் கொண்டிருந்தான். ஹரா கீய் தனது கண்களை விலக்கித் தலையசைத்தபோதுதான் நிறுத்தினான்.

அமைதி.

பிரெஞ்சு மொழியில், உயிரெழுத்துகளைத் தேர்ந்தெடுத்ததுபோல கனத்த, ஆத்மார்த்தமான குரலில் ஹரா கீய் சொன்னான்.

"உங்களுக்கு விருப்பமென்றால் உங்களை வழியனுப்புவதில் எனக்கு மகிழ்ச்சிதான்."

முதல் முறையாக அவன் புன்னகைத்தான்.

"உங்கள் வசமிருக்கும் முட்டைகள் எல்லாம் மீன் முட்டைகள். எதற்கும் உதவாதவை."

ஹெர்வே ஜான்கர் கண்களைத் தாழ்த்திக் கொண்டான். அந்தத் தேநீர்க் கோப்பை அவன் முன்னாலேயே இருந்தது. அதை எடுத்து வர்ணம் பூசிய அதன் விளிம்பில் எதையோ ஆராய்வதுபோலத் திருப்பிப் பார்க்கத் தொடங்கினான். எதைத் தேடிக் கொண்டிருந்தானோ அந்த இடத்தைக் கண்டு பிடித்ததும் உதடுகளைக் கோப்பையுடன் சேர்த்து கடைசிச் சொட்டையும் உறிஞ்சிக் குடித்தான். பிறகு கோப்பையைத் தனக்கு முன்னால் கீழே வைத்து விட்டுச் சொன்னான்.

"எனக்குத் தெரியும்."

ஹரா கீய் மகிழ்ச்சியுடன் வாயை மூடிச் சிரித்தான்.

"அதனால்தான் போலித் தங்கத்தைக் கொடுத்தீர்களா?"

"நான் வாங்கியவற்றுக்கு என்ன விலையோ அதைத்தான் கொடுத்தேன்."

ஹரா கீய் மறுபடியும் இறுக்கமானான்.

"நீங்கள் இங்கேயிருந்து போகும்போது உங்களுக்குத் தேவையானது கிடைத்திருக்கும்."

"நான் இந்தத் தீவிலிருந்து உயிரோடு திரும்பும்போது உங்களுக்குக் கிடைக்க வேண்டிய தங்கம் கிடைத்திருக்கும்."

"நீங்கள் என் வார்த்தையை நம்பலாம்."

ஹெர்வே ஜான்கர் பதிலுக்குக்கூடக் காத்திருக்க வில்லை. எழுந்து நின்று சில எட்டுகள் பின்னால் நகர்ந்து தலைவணங்கினான்.

அறையை விட்டு வெளியேறும் முன்பு அவன் பார்த்தது தன் மேல் பதிந்திருந்த அவளுடைய கண்களை; முழுமையாகப் பேச்சற்றுப் போன கண்களை.

17

ஆறு நாட்களுக்குப் பிறகு ஹெர்வே ஜான்கர், டகாவோகாவிலிருந்து டச்சுக் கடத்தல்காரர்களின் கப்பலில் ஏறினான். அது அவனைச் சார்பிக்குக் கொண்டு போய்ச் சேர்த்தது. பிறகு அவன் சீன எல்லையோரமாக நடந்து பைகல் ஏரிக்கு வந்து சைபீரிய மண்ணில் நான்காயிரம் கிலோ மீட்டர்கள் பயணம் செய்து யூரல் மலைகளைக் கடந்து திரும்பவும் கியேவை வந்தடைந்து ஐரோப்பா முழுவதும் கிழக்கு மேற்காக ரயிலில் பயணம் செய்து மூன்று மாதங்களுக்குப் பின் பிரான்சுக்கு வந்து சேர்ந்தான். ஏப்ரல் மாத முதல் ஞாயிற்றுக் கிழமை திருப்பலி பூசை வேளையில் லாவில்லேடியூ நகர வாயிலை அடைந்தான். நின்று கடவுளுக்கு நன்றி தெரிவித்துவிட்டு வைக்கும் ஒவ்வொரு எட்டுக்கும் ஒரு பெயர் இருக்கிறது, அதை ஒருபோதும் மறந்து விடக் கூடாது என்பதுபோல எண்ணி எண்ணி எட்டு வைத்து நடந்து நகரத்துக்குள் நுழைந்தான்.

"உலகத்தின் கடைசி எப்படி இருக்கிறது?" என்று கேட்டான் பல்தாபியோ.

"கண்ணுக்குப் புலனாகாதது."

மனைவி ஹெலனுக்காக அவன் ஒரு பட்டு அங்கியைக் கொண்டு வந்திருந்தான். நாணம் காரணமாக அவள் அதை ஒருபோதும் அணிய வில்லை. நீங்கள் அதைப் பிடித்திருந்தால் சூனியத்தைக் கையில் பற்றியதுபோல இருக்கும்.

18

ஜப்பானிலிருந்து ஹெர்வே ஜான்கர் கொண்டு வந்திருந்த முட்டைகள் நூற்றுக்கணக்கான மல்பெரி மரப் பட்டைகளின் சிம்புகளில் முழுமையான ஆரோக்கியத்துடன் பொரிந்தன. லாவில்லேடியூவின் சுற்றுவட்டாரங்களில் பட்டு உற்பத்தி அந்த ஆண்டு தரத்திலும் அளவிலும் அசாதாரணமானதாக இருந்தது. இன்னும் இரண்டு பட்டு நூல் ஆலைகளைத் திறக்கவும் முடிவு செய்யப் பட்டது; புனித ஆக்னஸ் தேவாலயத்தை ஒட்டி பல்தாபியோ ஒரு துறவியர் மடத்தைக் கட்டினான். அதற்கான காரணம் தெளிவாக இல்லை; வட்ட வடிவமாக அதைக் கற்பனை செய்திருந்தான். எனவே அதைக் காளைச் சண்டை அரங்குகளை நிர்மாணிப்பதில் பெயர் பெற்றிருந்த ஸ்பானியக் கட்டடக் கலை நிபுணன் யுவான் பெனிட்டெஸிடம் ஒப்படைத்திருந்தான்.

"என்ன இருந்தாலும் நடுவில் மணல் வேண்டாம். ஒரு பூந்தோட்டம் வேண்டும். நுழைவாயிலில் முடியுமானால் காளைத் தலைகளுக்குப் பதிலாக டால்பின் தலைகளை வைக்கலாம்"

"ஐயா, டால்பின்களா?"

"மீன், பெனிட்டெஸ், நான் சொல்வது புரிகிறதா?"

ஹெர்வே ஜான்கர் தன்னுடய வரவுசெலவுக் கணக்குகளைப் பலமுறை பார்த்தான். தான் செல்வந்தனாகியிருப்பதைக் கண்டுபிடித்தான். தன்னுடைய நிலத்தையொட்டிதெற்காக இருந்த முப்பது ஏக்கர் நிலத்தை வாங்கினான். அந்தக் கோடைக் காலம் முழுவதையும் அந்த இடத்தில் நடப்பதற்கு இதமானதும் அமைதியானதுமான

ஒரு பூங்காவை வடிவமைப்பதற்காகச் செலவழித்தான். அவனுடைய மனதில் அது உலகத்தின் முடிவுபோல கண்ணுக்குப் புலனாகாததாக இருந்தது.

எல்லா நாள் காலை வேளைகளிலும் உள்ளூர்க் கிசுகிசுப்பு களைத் தெரிந்துகொள்வதற்காக வெர்துன் கடைவரை உலாவப் போவான்; பாரீஸிலிருந்து அனுப்பப்பட்ட பத்திரிகைகளை நோட்டமிடுவான். மாலை நேரங்களில் வீட்டு முற்றத்தில் மனைவி ஹெலனுடன் முடிவேயில்லாமல் உட்கார்ந்திருப்பான். அவள் ஏதாவது புத்தகத்தை உரக்க வாசிப்பாள்; அவளுடையதைவிட மிக அழகான குரல் இந்த உலகத்திலேயே இல்லை என்பதால் அது அவனுக்கு மகிழ்ச்சியளிக்கும்.

4 செப்டம்பர் 1862இல் அவனுக்கு முப்பத்து மூன்று வயது நிரம்பியது. அவனுடைய வாழ்க்கை அவனுடைய கண்களுக்கு முன்னால் மழைபோலிருந்தது. அமைதியின் தரிசனமாக இருந்தது.

19

"நீ எதைப் பற்றியும் கவலைப்பட வேண்டிய தில்லை."

பல்தாபியோ அப்படித் தீர்மானம் செய்திருந்ததால் ஹெர்வே ஜான்கர் அக்டோபர் முதல் தேதி மீண்டும் ஒரு முறை ஜப்பானுக்குப் புறப்பட்டான். மேட்ஸுக்கு அருகில் பிரெஞ்சு எல்லையைத் தாண்டி வுர்த்தம் பர்க், பவேரிய நிலப்பரப்புகளின் குறுக்கே பயணம் செய்து ஆஸ்திரியாவுக்குள் நுழைந்து வியன்னாவை அடைந்து ரயில் மூலம் புடாபெஸ்டுக்கு வந்து அங்கிருந்து கீயெவுக்குப் பயணத்தைத் தொடர்ந்தான். ரஷ்ய ஸ்டெப்பி புல்வெளிகளில் குதிரை ஏறி இரண்டாயிரம் கிலோ மீட்டர்கள் பயணம் செய்து யூரல் மலைகளைக் கடந்து உள்ளூரில் 'பேய்' என்று அறியப்படும் பைகல் ஏரியை அடையும்வரை நாற்பது நாட்கள் தொடர்ந்தான். ஆமூர் நதியில் இறங்கி கடலோர மாகச் சீன எல்லையை ஒட்டியே சென்று சாபிர்க் துறைமுகத்தை அடைந்து டச்சுக் கடத்தல்காரர்களின் கப்பலுக்காகப் பதினோரு நாட்கள் காத்திருந்தான். அது ஜப்பானின் மேற்குக் கடற்கரையிலிருக்கும் தெரயா முனைக்குக் கொண்டு வந்து சேர்த்தது. இரண்டாம் நிலைப் பாதைகளி லூடே இஷிக்காவா, டோயோமா, நீகாட பிரதேசங்களைக் கால்நடையாகக் கடந்து புக்குஷிமாப் பிரதேசத்துக்குள் நுழைந்து ஷிரகாவா நகரத்தை அடைந்தான். நகரத்தின் கிழக்குப் பக்கம் நகர்ந்து கறுப்பு உடையணிந்த நபருக்காகக் காத்திருந்தான். அந்த நபர் அவன் கண்களைக் கட் டி ஹாரா கீயின் கிராமத்துக்கு அழைத்து வந்தான். கண்களைத் திறந்தபோது தன்னருகில் இரண்டு பணியாட்கள் நிற்பதைப் பார்த்தான். அவர்கள் அவனுடைய

பெட்டிகளை எடுத்துக்கொண்டு காட்டுப் புதர்களின் விளிம்பு வரை கொண்டுவந்து ஒரு பாதையைக் காண்பித்து நகர்ந்தார்கள். சுற்றுப் புறங்களிலும் தலைக்கு மேலுமாக அடர்ந்திருந்த மரங்கள் வீழ்த்திய நிழல்களின் வழியாக ஹெர்வே ஜான்கர் நடந்தான். பாதையின் முடிவில் திடீரென்று தாவரங்கள் ஒதுங்கி ஜன்னல்போலத் தோன்றிய நொடியில் நின்றான். சுமார் முப்பது மீட்டருக்குக் கீழே ஓர் ஏரி தென்பட்டது. ஏரிக்கரையில் ஆரஞ்சு நிற உடையணிந்து கூந்தலைத் தோள்களில் அவிழ்த்துவிட்டிருந்த பெண்ணுடன் ஹரா கீய் குத்தவைத்து உட்கார்ந்திருப்பதை முதுகுப்புறமாகப் பார்க்க முடிந்தது. ஹெர்வே ஜான்கர் அவளைப் பார்த்தபோது அவள் சுற்றிலும் மெதுவாகப் பார்த்துக்கொண்டிருந்தாள். அவனுடைய பார்வையில் அவள் கண்கள் தங்க அந்த ஒரு கணமே போதுமானதாக இருந்தது.

அவளுடைய கண்களுக்குக் கீழ்த் திசைச் சாயல் இருக்க வில்லை. அவளுடைய முகம் ஒரு சிறுமியின் முகமாக இருந்தது.

ஹெர்வே ஜான்கர் அடர்ந்த காட்டுப் புதர்கள் வழியாக மேலும் நடந்ததும் ஏரிக் கரையை அடைந்துவிட்டதாகத் தோன்றியது. அவனுக்குச் சில அடி தூரங்கள் முன்னால் கறுப்பு உடையணிந்த ஹரா கீய் முதுகைக் காட்டியபடி அவன் போக்கில் அசையாமல் உட்கார்ந்திருப்பதைப் பார்த்தான். அவனுக்கு அருகில் கைவிடப்பட்ட நிலையில் ஆரஞ்சு நிற உடையும் ஒரு ஜோடி வார் வைத்த செருப்புகளும் கிடந்தன. ஹெர்வே ஜான்கர் நெருங்கிச் சென்றான். தொலைவிலிருந்து அனுப்பப்பட்டவைபோல வட்டச் சிற்றலைகள் ஏரியின் கரையில் அலசிக்கொண்டிருந்தன.

“என்னுடைய பிரெஞ்சுக்கார நண்பரே” திரும்பிப் பார்க்காமலேயே ஹரா கீய் மெதுவாக முனகினான்.

அருகருகே உட்கார்ந்து பேசிக்கொண்டும் அமைதி காத்துக் கொண்டும் சில மணி நேரங்களைச் செலவழித்தார்கள். பின்னர் ஹரா கீய் எழுந்தான். ஹெர்வே ஜான்கரும் எழுந்தான். வழியில் ஏறுவதற்கு முன்பாக அறியப்பட முடியாத சைகையுடன் தனது கையுறைகளில் ஒன்றைக் கழற்றி ஏரிக் கரையில் கிடந்த ஆரஞ்சு உடையருகில் எறிந்தான். அவர்கள் கிராமத்துக்கு வந்து சேர்ந்த போது மாலை நேரமாகியிருந்தது.

20

ஹெர்வே ஜான்கர் நான்கு நாட்கள் ஹரா கீயின் விருந்தாளியாக இருந்தான். ஓர் அரசனின் மாளிகையில் வசிப்பது போலிருந்தது அது. கிராமம் முழுவதும் அந்த மனிதனுக்காகவே வாழ்ந்தது. அவனைப் பாதுகாப்பதையும் அல்லது மகிழ்ச்சியடையச் செய்வதையும் தவிர வேறு எந்த நடவடிக்கையும் அந்தக் குன்றுகளில் இருக்கவில்லை. வாழ்க்கை உள்ளடங்கிய முனகலாக இருந்தது. தனது குகைக்குள்ளேயே அச்சுறுத்தப்பட்ட விலங்கைப் போல திட்டமிட்ட மந்த நடையுடன் முன்னேறியது. உலகம் நூற்றாண்டுகளுக்கு அப்பால் இருப்பதாகத் தோன்றியது.

ஹெர்வே ஜான்கருக்கு அவனுடையதான ஒரு வீடு கிடைத்தது. அவன் எங்கே போனாலும் துணையாக ஐந்து பணியாளர்கள் வந்தார்கள். அவன் முன்பு எப்போதும் பார்த்திராத வண்ணங்களில் பூத்திருந்த மரத்தின் நிழலில் தனியாக உணவு அருந்தினான். தினமும் இரண்டு வேளை அவனுக்குப் பயபக்தியுடன் தேநீர் பரிமாறப்பட்டது. மாலையில் அந்த வீட்டிலேயே பெரிய கல்தளம் பாவிய அறைக்கு அழைத்துச் செல்லப்பட்டான். அங்கே அவனுக்குக் குளியல் சடங்கு நடத்தப்பட்டது. குறிப்பிட்ட வயதைச் சேர்ந்த, முகத்தில் வெண் மெழுகு போன்ற ஏதோ களிம்பு பூசிய மூன்று பெண்கள், அவனைக் குளிப்பாட்டி வெதுவெதுப்பான பட்டுத் துவாலையால் துடைத்தார்கள். அவர்களுடைய கைகள் கணுப்புடையவையாக இருந்தாலும் ஸ்பரிசம் எவ்வளவு மென்மையாக இருக்க முடியுமோ அவ்வளவு மென்மையாக இருந்தன.

இரண்டாவது நாள் காலையில் ஒரு வெள்ளைக்காரன் கிராமத்துக்கு வருவதை ஹெர்வே ஜான்கர்

பார்த்தான். பிரம்மாண்டமான மரப்பெட்டிகளை நெருக்கி அடுக்கிய இரண்டு வண்டிகள் அவனுடன் வந்தன. அவன் ஆங்கிலேயன்.

அவன் வாங்குவதற்காக அங்கே வரவில்லை; விற்பதற்காக வந்திருந்தான்.

"ஆயுதங்கள், திருவாளர், நீங்களோ?"

"நான் வாங்குகிறேன், பட்டுப் புழுக்களை."

அவர்கள் சேர்ந்து உணவருந்தினார்கள். ஆங்கிலேயனுக்குச் சொல்ல ஏராளமான கதைகள் இருந்தன. கடந்த எட்டு வருடங்களாக ஐரோப்பாவுக்கும் ஜப்பானுக்கும் இடையில் பயணம் செய்துகொண்டிருக்கிறான். ஹெர்வே ஜான்கர் அவனுடைய பேச்சை உற்றுக் கவனித்தான். கடைசியாகக் கேட்டான்:

"இங்கே வசிக்கும் ஒரு பெண்ணை, இளம் பெண்ணை, ஐரோப்பாவைச் சேர்ந்தவள் என்று நினைக்கிறேன், அவளை உங்களுக்குத் தெரியுமா?"

ஆங்கிலேயன் தொடர்ந்து சாப்பிட்டுக்கொண்டிருந்தான். அவன் முகம் உணர்ச்சியற்றதாக இருந்தது.

"வெள்ளைக்காரிகளே ஜப்பானில் கிடையாது. ஒரே ஒரு வெள்ளைக்காரிகூட ஜப்பானில் இல்லை."

மறுநாள் தங்கத்தைச் சுமந்துகொண்டு அவன் போனான்.

21

மூன்றாவது நாள் காலைவரை ஹெர்வே ஜான்கர் ஹரா கீயைப் பார்க்கவில்லை. அவனுடைய பணியாட்கள் ஐந்து பேரும் திடீரென்று மாயமாக மறைந்தார்கள். ஒரு விநாடிக்குப் பிறகு ஹரா கீய் இருப்பதைப் பார்த்தான். யாரைச் சுற்றி அந்த மொத்த கிராமமும் சுழல்கிறதோ அந்த மனிதன், அவனைத் தனித்தே விடவேண்டும் என்று எழுதப்படாத சட்டம் இருப்பதுபோல, எப்போதும் ஒரு வெற்றுக் குமிழிக்குள்ளேயே தனியாகவே நடமாடினான்.

அவர்கள் இருவரும் ஒன்றாகவே ஏறி குன்றின் மேல் திறந்து கிடந்த இடத்தை அடைந்தார்கள். அங்கே பெரிய நீலச் சிறகு கொண்ட டஜன் கணக்கான பறவைகளால் ஆகாயமே கீறப்பட்டிருந்தது.

“உள்ளூர்வாசிகள் இந்தப் பறவைகள் பறப்பதி லிருந்தே தங்களுடைய எதிர்காலத்தை வாசித்துக் கொள்வார்கள்” என்றான் ஹரா கீய்.

“நான் சிறுவனாக இருந்தபோது என் அப்பா இதே போன்ற ஓர் இடத்துக்கு அழைத்துப் போனார். அவருடைய வில்லை என் கைகளில் கொடுத்து அவற்றில் ஒன்றை வீழ்த்தச் சொன்னார். அப்படியே செய்தேன். நீலச் சிறகு கொண்ட ஒரு பெரிய பறவை கல் விழுவதுபோல மண்ணில் விழுந்தது. உனக்கு உன்னுடைய எதிர்காலம் தெரிய வேண்டுமென்றால் அம்பின் பாய்ச்சலை வாசி என்றார் அப்பா.”

சிறகுகளால் வானத்தையே அழித்துவிட விரும்பியவை போல அவை உயர்ந்தும் தாழ்ந்தும் ஆகாயத்தில் பறந்துகொண்டிருந்தன.

மாலை நேரத்தைப் போலத் தோன்றிய அந்த விநோதமான பிற்பகலில் அவர்கள் நடந்து கிராமத்துக்குத் திரும்பினார்கள்.

ஹெர்வே ஜான்கரின் வீட்டை அடைந்ததும் பரஸ்பரம் விடை பெற்றுக்கொண்டு பிரிந்தார்கள். ஹரா கீய் வந்த வழியே திரும்பி ஆற்றை நோக்கிச் செல்லும் பாதையில் சாவகாசமாக நடந்தான். ஹெர்வே ஜான்கர் அவனையே பார்த்துக்கொண்டு நிலைப்படியில் நின்றான். மற்றவன் ஏறக்குறைய இருபது அடி தாண்டும்வரை காத்திருந்த பின்பு கேட்டான்:

"நீங்கள் அந்த இளம் பெண்ணைப் பற்றி எப்போது என்னிடம் சொல்வீர்கள்?"

களைப்பின் சாயல் சிறிதுகூட இல்லாமல் ஹரா கீய் சாவதானமாக எட்டு வைத்து நகர்ந்தான். முழுமையான அமைதியும் வெறுமையும் அந்த இடத்தில் வியாபித்திருந்தது. அவன் எங்கெல்லாம் போகிறானோ அங்கெல்லாம் ஏதோ தனி விதி முழுமையான அமைதியிலும் வெறுமையிலுமே நடக்க வேண்டும் என்று கட்டளையிட்டதுபோல இருந்தது.

22

கடைசி நாள் காலை ஹெர்வே ஜான்கர் வீட்டை விட்டு வெளியேறி கிராமத்தில் சுற்றித் திரிந்தான். அவன் கடந்து செல்லும்போது ஆண்கள் தலை குனிந்து வணங்கினார்கள்; பெண்கள் விழிகளைத் தாழ்த்திப் புன்னகைத்தார்கள்.

எல்லா விதமான இனத்தையும் ரகத்தையும் சேர்ந்த பறவைகள் அடைக்கப்பட்ட பிரம்மாண்டமான கூண்டைப் பார்த்ததும் ஹரா கீயின் வீடு அருகில்தான் என்பதைப் புரிந்துகொண்டான். அற்புதமான காட்சி அது. உலகத்தின் ஒவ்வொரு மூலையிலிருந்து அந்தப் பறவைகளை இங்கே கொண்டுவந்து சேர்த்ததைப் பற்றி ஹரா கீய் சொல்லியிருந்தான்.

லாவில்லேடியூவில் ஒரு வருடம் முழுவதும் உற்பத்தி செய்யும் எல்லாப் பட்டின் விலையை விடவும் அதிக மதிப்புள்ள சில பறவைகள் அவற்றில் இருந்தன. அந்த ஆடம்பரமான காட்சியைக் காண்பதற்காக ஹெர்வே ஜான்கர் நின்றான். கீழ்த் திசை நாடுகளில் மனைவிகளின் கற்பைப் பாராட்ட விரும்பும் கணவர்கள் வழக்கமாக நகைகளைக் கொடுக்க மாட்டார்கள்; அபூர்வமான பறவைகளைத்தாம் கொடுப்பார்கள் என்று புத்தகத்தில் வாசித்திருந்தது நினைவு வந்தது.

ஹரா கீயின் வீடு ஒரு மௌனத் தடாகத்தால் நிரம்பியது போலத் தோன்றியது. சற்று நகர்ந்து வாசலுக்குச் சில அடிகள் தூரத்தில் நின்றான். அங்கே கதவுகளே இல்லை. காகிதச் சுவர்களில் எந்த ஓசையும் இல்லாமல் நிழல் அசைவுகள் தோன்றி மறைந்தன. வாழ்க்கையுடன் அந்த வீட்டுக்கு

எந்தத் தொடர்புமிருக்கவில்லை; அதற்கு என்று ஒரு பெயர் இருக்குமானால் அது இதுதான். நாடக அரங்கம். ஹெர்வே ஜான்கர் எதற்கு என்று தெரியாமல் காத்து நின்றான். அந்த வீட்டுக்குச் சில அடிகள் முன்னால் மரம்போல நின்றான். மிக விநோதமான அந்த அரங்கில் மௌனத்துக்கும் நிழல்களுக்கும் விதிக்கும் தன்னை ஒப்புக்கொடுத்து அந்த இடைவேளை முழுவதும் அங்கேயே நின்றான். அதனால் ஹெர்வே ஜான்கர் வீடு திரும்பும்போது வேகமாக நடையைத் தொடர்ந்தான். தலையைக் குனிந்து தன்னுடைய ஒவ்வொரு அடியையும் கவனமாக வைத்தது யோசிப்பதைத் தவிர்க்க அவனுக்கு உதவியது.

23

அன்று மாலையே ஹெர்வே ஜான்கர் தன்னுடைய பெட்டிகளைக் கட்டினான். பிறகு கல்தளம் பாவிய பெரிய அறைக்கு அழைத்துச் செல்லப்படவும் குளியல் சடங்குக்கு ஆட்படவும் இணங்கினான். படுத்து, கண்களை மூடிக்கொண்டு விநோதக் காதல் அடையாளமான அந்த பிரம்மாண்டப் பறவைக் கூண்டைப் பற்றி யோசித்தான். யாரோ ஈரமான துணியை அவன் கண்கள் மேல் வைத்தார்கள். இதற்கு முன்பு அவர்கள் இப்படிச் செய்ததில்லை. உள்ளுணர்வுத் தூண்டலில் அதை எடுக்க முயன்றான். ஆனால் ஒரு கை அவனுடைய கையைப் பற்றித் தடுத்தது. அது வயதான பெண்ணின் வயதான கையல்ல.

முதலில் கால்களிலும் பின்பு கைகளிலும் பிறகு மார்பிலுமாக உடல் முழுவதும் நீர் ஊற்றப்படுவதை ஹெர்வே ஜான்கர் உணர்ந்தான். எண்ணெய் போன்ற தண்ணீர். சுற்றிலும் ஒரு விநோதமான அமைதி நிலவியது. பட்டு முகத்திரை ஒன்று தன் உடலில் விழுவதன் மிருதுத் தன்மையை உணர்ந்தான். ஒரு பெண்ணின் கைகள், ஆமாம் பெண்ணின் கைகள், அவனுடைய உடம்பைத் துடைத்துவிட்டுக்கொண்டிருக்கின்றன; சருமத்தை வருடிக்கொண்டிருக்கின்றன. அந்தக் கைகளும் சூனியத்திலிருந்து விழுந்த நெசவுப் பொருளும். அந்தக் கைகள் அவனுடைய தோள்களிலிருந்து கழுத்துக்கு நகர்ந்தபோதும் அவன் கிளர்ச்சியடைய வில்லை. அந்த விரல்கள், அந்தப் பட்டு விரல்கள், அவனுடைய உதடுகள்மீது ஒரு முறை படிந்து மெதுவாக வருடிவிட்டு மறைந்தபோதும் அவன் கிளர்ச்சியடையவில்லை.

அந்தப் பட்டு முகத்திரை எழுந்து நின்றதையும் அவனை விட்டு விலகிச் சென்றதையும் ஹெர்வே ஜான்கர் உணர்ந்தான். கடைசியாக ஒரு கை அவனுடைய கையைப் பிரித்து உள்ளங் கைக்குள் எதையோ வைத்தது.

அவன் மௌனமாகவும் அசைவில்லாமலும் நீண்ட நேரம் காத்திருந்தான். பின்பு மெதுவாகக் கண்களின் மேலிருந்த ஈரத் துணியை அகற்றினான். அந்த அறையில் வெளிச்சமே இல்லாமலிருந்தது. அவனைச் சுற்றியும் யாருமில்லை. அவன் எழுந்து மடித்துத் தரையில் வைக்கப்பட்டிருந்த அங்கியைத் தோள்களைச் சுற்றிப் போட்டுக்கொண்டு அறையிலிருந்து வெளியேறி வீட்டைத் தாண்டி நடந்து தன்னுடைய பாயை அடைந்து அதில் படுத்துக் கொண்டான். விளக்கில் படபடத்துக்கொண்டிருந்த சிறு சுடரை உற்றுப் பார்த்துக்கொண்டிருந்தான். அவன் எவ்வளவு விரும்பினானோ அதுவரைக்கும் காலத்தைக் கவனமாக நிலைத்துப் போகச் செய்தான்.

கையைத் திறக்கச் சிரமமாக இருக்கவில்லை. அந்தக் காகிதத் துண்டைப் பார்த்தான். சிறியது. ஒன்றுக்குக் கீழாக ஒன்றாகச் சித்திர எழுத்துகள். கறுப்பு மை.

24

மறுநாள் காலை ஹெர்வே ஜான்கர் புறப்பட்டான். ஆயிரக்கணக்கான பட்டுப் புழுக்களின் முட்டைகள் அவனுடைய பயணப் பெட்டிகளில் மறைத்து வைக்கப்பட்டிருந்தன. மாற்றிச் சொல்வதானால் லாவெல்லேடியூவின் எதிர்காலம், ஆயிரக்கணக்கான மக்களின் வேலை வாய்ப்பு, அவர்களில் டஜன் கணக்கானவர்களின் செல்வம். குன்றின் தோளில் கிராமம் காட்சியில் மறையும் இடத்தில் பாதை இடதுபுறமாக வளையும் திருப்பத்தில் அவன், கூட வந்த இரண்டு பாதுகாவலர்களைப் பற்றி யோசிக்காமல் நின்றான். பாதையைவிட்டுச் சற்று ஓரமாக இறங்கி, குன்றின் சரிவில் உயர்ந்து செல்லும் வீடுகளின் மேல் பார்வையைப் பதித்துச் சிறிது நேரம் தாமதித்தான்.

ஆறு நாட்களுக்குப் பிறகு டகோக்காவில் டச்சுக் கள்ளக் கடத்தல்காரர்களின் கப்பலில் ஏறினான். அது அவனை சாபிர்க்குக் கொண்டு வந்துவிட்டது. பைகல் ஏரிவரைக்கும் சீன எல்லையையொட்டியே வந்து சைபீரிய மண்ணில் நான்காயிரம் கிலோ மீட்டர்கள் பயணம் மேற் கொண்டு யூரல் மலைகளைக் கடந்து கீயேவுக்குத் திரும்பி ரயில் மூலம் கிழக்கிலிருந்து மேற்காக ஐரோப்பா முழுவதையும் கடந்து மூன்று மாதப் பயணத்துக்குப் பின்பு பிரான்சை அடைந்தான். ஏப்ரல் மாத முதல் ஞாயிற்றுக் கிழமை பிரதான பலி பூசை சமயத்தில் லாவில்லேடியூ நகரத்தின் வாயிலுக்கு வந்துசேர்ந்தான். மனைவி ஹெலன் தன்னை நோக்கி ஓடி வருவதைப் பார்த்தான்.

அவளைக் கட்டித் தழுவிக்கொண்டபோது அவளுடைய சருமத்தின் வாசனையை முகர்ந்தான். அந்தக் குரலின் மென்மையை அவள் "நீங்கள் வந்துவிட்டீர்கள்" என்று சொன்னபோது கேட்டான்.

மிருதுவாக.

"நீங்கள் வந்துவிட்டீர்கள்."

25

லாவில்லேடியூவில் வாழ்க்கை அதற்குரிய ஒழுங்குடனும் முறையுடனும் அப்படியே தொடர்ந்தது. ஹெர்வே ஜான்கர் நாற்பத்தியொரு நாட்கள் அது தன்னைச் சுத்திகரிக்க அனுமதித்தான். நாற்பத்தி இரண்டாம் நாள் அவன் சரணடைந்தான்.

தனி அறைக்குள்ளிருந்த பெட்டியின் ஓர் அறைக்குள்ளேயிருந்து ஜப்பான் நிலப்படத்தை எடுத்து சில மாதங்களுக்கு முன்பு அதற்குள்ளே மறைத்து வைத்த காகிதத் துண்டை உருவி யெடுத்தான். ஒன்றுக்குப்பின் ஒன்றாக ஒரு கையளவு நிரம்பும் சித்திர எழுத்துக்கள். கறுப்பு மை. தன்னுடைய மேஜை அருகில் அமர்ந்து நீண்ட நேரம் அதையே உற்றுப் பார்த்துக்கொண்டிருந்தான்.

வெர்தனின் கடையில் பில்லியர்ட் மேஜை யருகில் பல்தாபியோவைப் பார்த்தான். அவன் எப்போதும் ஒற்றையாகவே அவனுக்கு எதிராகவே விளையாடினான். விநோதமான விளையாட்டுகள். குறையில்லாதவன் ஊனமுற்றவனுக்கு எதிராக ஆடும் ஆட்டம் என்று அவன் அதை அழைத்தான். முதலில் சாதாரணமாக அடிப்பான். அடுத்த அடிக்கு ஒற்றைக் கையை மட்டும் பயன்படுத்துவான். "ஊனமுற்றவன் வெற்றி பெறும் நாளில் நான் இந்த நகரத்தை விட்டுப் போய்விடுவேன்" என்று சொல்லுவான். வருடக்கணக்காக ஊனமுற்றவன் தோற்றுக்கொண்டேயிருந்தான்.

"பல்தாபியோ, ஜப்பான் மொழியை வாசிக்கத் தெரிந்த யாரையாவது நான் கண்டுபிடிக்க வேண்டும்."

ஊனமுற்ற விளையாட்டு வீரன் இரண்டு பந்துகளை வீழ்த்தி மறுபடியும் பந்துக்குக் குறி வைத்தான்.

“ஹெர்வே ஜான்கரிடம் கேள். அவனுக்கு எல்லாம் தெரியும்.”

“அதில் ஒரு வார்த்தைகூட எனக்குப் புரியவில்லை.”

குறையில்லாத விளையாட்டு வீரன் குனிந்து பந்தை அடித்து ஆறு புள்ளிகளை எடுத்தான்.

“அப்படியானால் இனி திருமதி பிளான்ச்சிதான் மிச்சமிருப்பவள். அவள் நைம்சில் ஜவுளிக் கடை வைத்திருக்கிறாள். அதன் மாடியில் ஒரு விபச்சார விடுதி இருக்கிறது. அதுவும் அவளுக்குச் சொந்தமானது தான். பெரிய பணக்காரி. ஜப்பான்காரிதான்.”

“ஜப்பான்காரியா? அவள் எப்படி இங்கே வந்து சேர்ந்தாள்?”

“அவளுடைய உதவி வேண்டுமென்றால் இந்தக் கேள்வியை அவளிடம் கேட்காதே. ச்சே.”

ஊனமுற்ற விளையாட்டு வீரன் பதினான்கு புள்ளிகள் மதிப்புள்ள மூன்று பந்துகளை அடிக்காமல் நழுவவிட்டான்.

26

வியாபார நிமித்தமாக நைம்சுக்குப் போக வேண்டியிருப்பதாக ஹெர்வே ஜான்கர் தன் மனைவி ஹெலனிடம் தெரிவித்தான். அன்று மாலையே திரும்பிவிடுவதாகவும் சொன்னான்.

12, மஸ்கட் தெருவிலிருந்த ஜவுளிக் கடைக்கு மேலே முதலாவது தளத்திற்கு ஏறிச் சென்று திருமதி பிளான்ச்சியைப் பற்றி விசாரித்தான். அவர்கள் அவனைக் காத்திருக்கச் செய்தார்கள். நீண்ட வருடங்களுக்கு முன்பு ஆரம்பித்து ஒருபோதும் முடியாத விருந்து நடப்பதுபோல இருந்தது அந்த அறை. அங்கிருந்த இளம் பெண்கள் பிரெஞ்சுக் காரிகளாக இருந்தார்கள். ஒரு பியானோக் கலைஞன் ரஷ்யச் சாயலுள்ள உருப்படிகளை வாசித்துக் கொண்டிருந்தான். மந்த நடையில் வாசித்துக் கொண்டிருந்தான். ஒவ்வொரு உருப்படியை இசைத்து முடித்ததும் வலது கையை அவனுடைய முடிகளுக்குள் கோதிக்கொண்டு முணுமுணுப்பான்.

"அபாரம்."

27

ஹெர்வே ஜான்கர் சில மணி நேரங்கள் காத்திருந்தான். பிறகு அவர்கள் ஒரு தாழ்வாரத்தின் வழியாக அதன் கோடியில் இருக்கும் கதவருகே அழைத்துச் சென்றார்கள். அவன் அதைத் திறந்து உள்ளே போனான்.

ஜன்னல் அருகில் போட்டிருந்த சாய்வு நாற்காலியொன்றில் திருமதி பிளான்ச்சி உட்கார்ந்திருந்தாள். தூய வெள்ளை நிறமுள்ள மெல்லிய கிமோனா அணிந்திருந்தாள். விரல்களில், ஆழ்ந்த நீலநிறப் பூக்களை மோதிரம்போல அணிந்திருந்தாள். பளபளப்பான கறுத்த கேசம். முழுமையான கீழ்த் திசை முகத்தோற்றம்.

"என்னோடு படுத்துக்கொள்ளும் அளவுக்குச் செல்வந்தன் என்று உன்னை நினைத்துக்கொள்ள வைத்தது எது?"

ஹெர்வே ஜான்கர் தொப்பியைக் கையில் பிடித்தபடி அவள் முன்னால் நின்றுகொண்டிருந்தான்.

"எனக்கு உங்களிடமிருந்து ஒரு உதவி வேண்டும். விலை ஒரு பொருட்டல்ல."

பிறகு மேல் ஜாக்கெட்டின் உள் பையிலிருந்து நான்காக மடித்த துண்டுக் காகிதத்தை எடுத்து அவளிடம் கொடுத்தான்.

"இதில் என்ன எழுதியிருக்கிறது என்று நான் தெரிந்துகொள்ள வேண்டும்."

திருமதி பிளான்ச்சி அசைவற்றிருந்தாள். அவள் உதடுகள் மட்டும் மெல்லப் பிரிந்தன. புன்னகையின் உதயம்.

"மேடம்... தயவுசெய்து."

அவள் அதைச் செய்ய வேண்டும் என்பதற்கு எந்தக் காரணமும் இல்லை. இருந்தும் அவள் அந்தத் துண்டுத் தாளை எடுத்துத் திறந்து பார்த்தாள். ஹெர்வே ஜான்கரை நோக்கிக் கண்களை உயர்த்தினாள்; மறுபடியும் தாழ்த்திக்கொண்டாள்.

அந்தத் துண்டுக் காகிதத்தை நிதானமாக மறுபடியும் மடித்தாள். அதைத் திரும்பக் கொடுப்பதற்காக முன்னோக்கிக் குனிந்தபோது அவளுடைய கிமோனா மார்பகங்களுக்கு மேல் கொஞ்சமாகத் திறந்தது. அவள் உள்ளே எதையும் அணிந்திராததையும் சருமம் இளமையாகவும் வெண்மையாகவும் இருப்பதையும் ஹெர்வே ஜான்கர் கவனித்தான்.

"திரும்பி வா, இல்லையென்றால் இறந்துவிடுவேன்."

சிறிய அளவு உணர்வு மாற்றம்கூட வெளிப்படாமல் ஹெர்வே ஜான்கரின் கண்களை நேராகப் பார்த்து மரத்துப் போன குரலில் அவள் இதைச் சொன்னாள்.

திரும்பி வா, இல்லையென்றால் இறந்துவிடுவேன்.

ஹெர்வே ஜான்கர் அந்தத் துண்டுக் காகிதத்தை மேல் ஜாக்கட்டின் உள் பையில் திரும்பவும் வைத்தான்.

"நன்றி."

அவன் தலையசைத்துத் திரும்பி வாசலை நோக்கி நடந்தான். மேஜை மேல் கொஞ்சம் நாணயத் தாள்களை வைக்க இருந்தான்.

"இதைப் பற்றி மறந்துவிடு."

ஹெர்வே ஜான்கர் கணநேரம் தயங்கினான்.

"நான் பணத்தைப் பற்றிப் பேசவில்லை. அந்தப் பெண்ணைப் பற்றிப் பேசுகிறேன். அவளை மறந்துவிடு. அவள் இறந்துபோக மாட்டாள். அது உனக்கும் தெரியும்."

ஹெர்வே ஜான்கர் திரும்பிப் பார்க்காமல், நோட்டுகளை மேஜை மேல் வைத்துவிட்டுக் கதவைத் திறந்து வெளியேறினான்.

28

திருமதி பிளான்ச்சியுடன் உடலுறவுகொள்வதற் காகவே சில சமயங்களில் பாரீஸிலிருந்து ஆட்கள் வருவதுண்டு என்றான் பல்தாபியோ. அவள் மோதிரங்களைப்போல விரல்களில் அணியும் அந்த நீலநிறப் பூக்களில் ஒன்றையோ இரண்டையோ அவர்கள் தலை நகரத்துக்குத் திரும்பிப் போகும் போது மாலை நேர உடைகளின் பொத்தான் துவாரங்களில் சொருகி வைத்துக்கொள்வார்களாம்.

29

ஹெர்வே ஜான்கர், தன்னுடைய வாழ்நாளில் முதல் முறையாக அந்தக் கோடைக் காலத்தில் மனைவி ஹெலனை ரிவியேராவுக்கு அழைத்துப் போனான். பெரும்பாலும் ஆங்கிலேயர்கள் வசிக்கும், இசை நிரம்பிய மாலை வேளைகளுக்குப் பெயர் பெற்ற நைஸிலிருந்த ஓட்டலில் இரண்டு வாரங்கள் தங்கினார்கள். வருடக்கணக்காக வெறுமனே காத்திருந்த கருத்தரிப்பு இதுபோன்ற அருமையான இடத்தில் வெற்றிகரமாக நிகழலாம் என்று ஹெலன் தீர்மானித்துக்கொண்டாள். அது ஓர் ஆண் குழந்தையாக இருக்கும் என்றும் அவர்கள் முடிவு செய்தார்கள். அவன் பிலிப் என்று அழைக்கப்படுவான். ரிசார்ட்டின் சமூக நடைமுறைகளை அவர்கள் தோராயமாகவே பயன்படுத்திக்கொண்டார்கள்.

தங்களைக் குதூகலப்படுத்திக்கொள்ள மட்டுமே பயன்படுத்தினார்கள். அறைக்குள் தனியே இருக்கும்போது அங்கே அவர்கள் சந்தித்த விநோத மான கதாபாத்திரங்களைப் பற்றிக் கேலி பேசிச் சிரித்துக்கொண்டார்கள். ஒரு நாள் மாலை நேர இசை விருந்தின்போது கம்பளி விற்பனையாளனான போலந்துக்காரன் ஒருவனைச் சந்தித்தார்கள். தான் ஜப்பானுக்குப் போயிருப்பதாக அவன் சொன்னான்.

திரும்பி வருவதற்கு முந்தைய இரவு, பொழுது புலர்வதற்கு மிக முன்பே ஹெர்வே ஜான்கர் எழுந்திருக்க நேர்ந்தது. எழுந்து ஹெலனின் படுக்கையை நெருங்கினான். அவள் கண்களைத் திறந்தபோது தனக்குள்ளே முணுமுணுப்பதை அவன் கேட்டான் "நான் எப்போதும் உன்னை நேசிப்பேன்."

30

லாவில்லேடியூ பட்டு உற்பத்தியாளர்கள், செயல் திட்டத்தைத் தீர்மானிப்பதற்காக செப்டம்பர் மாதத் தொடக்கத்தில் ஒரு கூட்டத்தைக் கூட்டி னார்கள். பிரெஞ்சுப் பட்டுப் புழுக்களின் முட்டை களைப் பயன்படுத்த முடியாமல் செய்யும் நோயைப் பற்றி ஆய்வு மேற்கொள்வதற்காக அரசு, இளம் உயிரியலாளர் ஒருவரை நைம்ஸுக்கு அனுப்பி வைத்திருந்தது.

அவர் பெயர் லூயி பாஸ்டர். பார்க்க முடியா ததைப் பார்க்கச் செய்யும் நுண்ணோக்கியை அவர் பயன்படுத்தினார். அவர் அசாதாரணமான வெற்றி களைப் பெற்றிருந்தார் என்றும் சொல்லப்பட்டது. வெளிநாட்டவர்களுக்கு நாட்டைத் திறந்துவிட்டதை எதிர்க்கும் சக்திகள் தூண்டிவிட்ட கலவரம் எந்தத் தருணத்திலும் உள்நாட்டுப் போராக வெடிக்கக் கூடிய வாய்ப்பு இருப்பதாக ஜப்பானிலிருந்து தகவல் வந்தது. யோகோஹாமாவில் அண்மையில் திறக்கப்பட்ட பிரெஞ்சுத் தூதரகத்திலிருந்து தீவுடனான வணிகத் தொடர்புகளைத் தற்காலிகமாக ஊக்கம் குறையச் செய்யும் அறிவிப்புகள் வந்தன. மேலும் உதவிகரமான சூழ்நிலைக்குக் காத்திருக்க வேண்டும் என்றும் அறிவுரை சொல்லப்பட்டது. முன்னெச்சரிக்கை உணர்வு உள்ளதாலும் ஜப்பானுக்கு ரகசியமாகச் செல்லும் பயணத்தின் பெரும் செலவைப் பற்றித் தெரிந்திருப்பதாலும் லாவில்லேடியூவில் பெரும்பான்மையினரும் ஹெர்வே ஜான்கர் பயணத்தைக் கைவிட வேண்டும் என்றும் இந்த ஆண்டு மத்தியக் கிழக்கு நாடுகளிலிருந்து மொத்த வியாபாரிகள் இறக்குமதி செய்யும் ஓரளவு நம்பகமான முட்டைகளைக் கொள்முதல் செய்யலாம் என்றும் வாதித்தார்கள். ஒரு வார்த்தைகூட பேசாமல் பல்தாபியோ அவர்கள் சொன்னதையெல்லாம் கேட்டான். கடைசியில்

தான் பேச வேண்டிய முறை வந்ததும் கையில் இருந்த தடியை மேஜைமேல் வைத்துவிட்டு எதிரில் உட்கார்ந்திருந்த மனிதனைப் பார்த்தான். காத்திருந்தான்.

ஹெர்வே ஜான்கர், பாஸ்டரின் ஆராய்ச்சியைப் பற்றி அறிந்திருந்தான். ஜப்பானிலிருந்து வந்த செய்திகளை வாசித்திருந்தான். ஆனால் அவை பற்றி கருத்துச் சொல்ல அவன் எப்போதும் மறுத்தான். தன்னுடைய வீட்டைச் சுற்றி அமைக்க முடிவுசெய்திருந்த பூங்காத் திட்டத்தை மேலும் மேலும் அழகூட்டுவதிலேயே நேரத்தைச் செலவழிக்க விரும்பினான். படிப்பறையின் ரகசிய மூலையில் ஒன்றின்கீழ் ஒன்றாகக் கருப்பு மையில் சித்திர எழுத்துகள் தீட்டிய நான்காக மடிக்கப்பட்ட காகிதத் துண்டை வைத்திருந்தான். அவனுடைய வங்கிக் கணக்கில் ஒரு நல்ல தொகை இருப்பு இருந்தது. அமைதியான வாழ்க்கை நடத்திக்கொண்டிருந்தான். சீக்கிரத்திலேயே தகப்பனாகப் போகும் நியாயமான கனவை வளர்த்துக் கொண்டிருந்தான். பல்தாபியோ அவனை ஏறிட்டுப் பார்த்தபோது ஹெர்வே ஜான்கர் சொன்னது இதுதான்:

"நீயே முடிவு செய், பல்தாபியோ."

அலெசான்ட்ரோ பாரிக்கோ

31

அக்டோபர் மாதத் தொடக்கத்தில் ஹெர்வே ஜான்கர் ஜப்பானுக்குப் புறப்பட்டான். மெட்ஸ் அருகில் பிரெஞ்சு எல்லையைக் கடந்து வ்ருட்டென்பர்க் பவாரியப் பரப்புகளில் பயணம் செய்து ஆஸ்திரியாவுக்குள் நுழைந்து வியன்னாவை அடைந்து புடாபெஸ்டுக்கு ரயில் மூலம் வந்து அங்கிருந்து கீயேவுக்கு வந்து சேர்ந்தான். குதிரை மேல் ஏறி இரண்டாயிரம் கிலோ மீட்டர்களுள்ள ரஷ்ய ஸ்டெப்பிப் பிரதேசத்தைக் கடந்து யூரல் மலைகளைத் தாண்டி சைபீரியாவுக்குள் நுழைந்து, நாற்பது நாட்கள் பயணத்தைத் தொடர்ந்து உள்ளூர்வாசிகளால் 'கடைசி' என்று அழைக்கப்படும் பைபால் ஏரியை அடைந்தான். ஆமூர் நதி இறங்கிக் கடலுடன் கலக்கும் இடம்வரை சீன எல்லை யோரமாகப் பயணம் மேற்கொண்டு சாபிர்க் துறைமுகத்தை அடைந்து டச்சுக் கடத்தல்காரர் களின் கப்பல் வந்து சேர்வதற்காகப் பத்து நாட்கள் காத்திருந்த பின்பு அவர்கள் அவனை ஜப்பானின் மேற்குக் கடற்கரையிலிருக்கும் தெரயா முனைக்குக் கொண்டுவந்து விட்டார்கள். அவன் அங்கே பார்த்தது இன்னும் வெடிக்காத ஒரு போரை எதிர்பார்த்து ஒழுங்கு குலைந்திருக்கும் ஒரு நாட்டை.

வழக்கமான முன்னெச்சரிக்கைகள் எதையும் கடைப்பிடிக்கத் தேவையில்லாமலேயே அவன் நாட்கணக்காகப் பயணம் செய்தான். ஏனெனில் அவனுக்குச் சுற்றிலுமுள்ள அதிகார விநியோகத்தின் வரைபடமும் கட்டுப்பாடுகளின் வலைப்பின்னலும் எல்லாமும் மறுசீரமைக்கப்படலாம் என்ற

எதிர்பார்ப்பில் கரைந்துபோயிருப்பதாகத் தோன்றின. அவனை ஹரா கீயிடம் அழைத்துச் செல்லும் நபரை ஷிரக்காவாவில் சந்தித்தான். குதிரைமேல் ஏறி இரண்டு நாட்கள் செய்த பயணம் அவர்களை ஒரு கிராமத்தின் காட்சிக்குள் கொண்டுவந்தது. ஹெர்வே ஜான்கர் நடந்தே கிராமத்துக்குள்ளே நுழைந்தான். அவன் வந்து சேர்ந்திருக்கும் தகவல் அவனுக்கு முன்பே போய்ச் சேருமே.

32

காட்டின் அருகிலும் மிகவும் உயரத்திலுமிருந்த கிராமத்து வீடுகளில் ஒன்றுக்கு அவர்கள் அவனை அழைத்துச் சென்றார்கள். ஐந்து பணியாட்கள் அவனுக்காகக் காத்திருந்தார்கள். அவன் பெட்டிகளை அவர்களிடம் ஒப்படைத்துவிட்டு வராந்தாவுக்குப் போனான். கிராமத்தின் மறு கோடியிலிருந்த ஹராகீயின் மாளிகை மற்ற வீடுகளைவிடப் பெரியது என்பதையும் அந்த வீட்டின் தனிமையை தேவதாரு மரங்கள் பாதுகாக்கின்றன என்பதையும் அவனால் புரிந்துகொள்ள முடிந்தது. தனக்கும் தொடுவானத்துக்கும் இடையில் வேறு எதுவுமில்லை என்பதுபோல ஹெர்வே ஜான்கர் அங்கேயே பார்த்து நின்றான். அப்போது கடைசியாகவும் திடீரென்றும் மாளிகைக்கு மேலாக பூமியிலிருந்து வெடித்துக் கிளம்பியவை போல எல்லா இனத்தையும் ரகத்தையும் சேர்ந்த ஆயிரக்கணக்கான பறவைகளால் வானம் நிறைந்திருப்பதைப் பார்த்தான். பயத்தில் வெருண்டு பைத்தியம் பிடித்தவை போல எல்லா இடங்களிலும் பாடிக்கொண்டும் அழுது கொண்டும் பறந்தன. சிறகுகளின் வாண வேடிக்கை. வெளிச்சப் பின்னணியில் வண்ண மேகங்கள். பீதியின் ஓசைகள். பறத்தலின் இசை. வானிலூடே ஒரு தப்பியோட்டம். ஹெர்வே ஜான்கர் புன்னகைத்தான்.

33

பைத்தியம் பிடித்த எறும்புப் புற்றுப்போல கிராமமே திரண்டு மொய்க்கத் தொடங்கியது. தப்பி வந்த பறவைகள் பறப்பதைப் பார்த்து எல்லாரும் கத்திக்கொண்டும் ஓடிக் கொண்டுமிருந்தார்கள். வருடக்கணக்காக உரிமையாளரின் பெருமையாக இருந்த பறவைக் கூட்டம் இப்போது ஆகாயத்தில் சிறகுள்ள கேலியாகப் பறந்தது. ஹெர்வே ஜான்கர் வீட்டை விட்டிறங்கி எவ்வளவு அமைதியாக இருக்க முடியுமோ அவ்வளவு அமைதியாக முன் நோக்கி கிராமத்துக்குள் அங்கும் இங்குமாக நடந்தான். யாரும் அவனைக் கவனிக்கவில்லை. அவன் எல்லா வற்றையும் கவனித்ததாகப் பட்டது.

ஒரு பைத்தியக்காரன் நெய்த கம்பளத்தில் நேராக ஓடும் தங்க நூலிழைபோல இருந்தான் அவன். ஆற்றின் மேலிருந்த பாலத்தைத் தாண்டிப் பெரிய தேவதாரு மரங்களுக்கிடையில் நீண்ட தூரம் நடந்து சென்றான். அவற்றின் நிழலில் நுழைந்து வெளியேறினான். தனக்கு முன்னால் கதவுகள் விரியத் திறந்திருந்த, காலியான பிரம்மாண்டமான பறவைக் கூண்டைப் பார்த்தான். அதன் முன்னால் ஒரு பெண் உட்கார்ந்திருப்பதையும் பார்த்தான். தன்னைச் சுற்றி எங்கும் பார்க்காமல் ஹெர்வே ஜான்கர் சாவதானமாக நடையைத் தொடர்ந்து அவள் முன்னால் வந்து சேர்ந்ததும் நின்றான்.

அவளுடைய கண்களுக்குக் கீழ்த் திசைச் சாயல் இல்லை. அவளுடைய முகம் ஓர் இளம் பெண்ணின் முகமாக இருந்தது.

ஹெர்வே ஜான்கர் அவளை நோக்கி இன்னொரு எட்டு வைத்தான். கையை நீட்டி விரித்தான். உள்ளங் கையில் நான்காக மடித்த ஒரு காகிதத் துண்டை

வைத்திருந்தான். அதைப் பார்த்ததும் அவள் முகம் முழுவதும் ஒரு புன்னகை மின்னியது.

அவள் தன்னுடைய கைகளை ஹெர்வே ஜான்கரின் கைகளில் சேர்த்தாள். அவன் அதை மென்மையாகப் பொத்திக் கொண்டான். உலகம் முழுவதும் சுற்றியலைந்த அந்தத் துண்டுக் காகிதத்தை விரல்களுக்கிடையில் பிடித்து ஒரு கணம் தயங்கிய பின்பு கையை இழுத்துக்கொண்டாள். ஹரா கீயின் குரல் கேட்டதும் அதைத் தன்னுடைய உடையின் மடிப்புகளுக்குள் மறைத்து வைக்கத்தான் அவளால் முடிந்தது.

“என்னுடைய பிரெஞ்சுக்கார நண்பரே, வருக.”

சில அடிகள் தூரத்தில் நின்றான். கறுப்பு நிறக் கிமோனோ, பிடரியில் சீராகக் கட்டிவைத்த கறுத்த கேசம். அவன் நெருங்கினான். திறந்து கிடந்த கதவுகளை ஒவ்வொன்றாகப் பார்த்து ஆராய்ந்துகொண்டிருந்தான்.

“அவை திரும்பி வந்துவிடும். திரும்ப வருவதற்கான ஆசையைத் தடுப்பது எப்போதும் சிரமம், உங்களுக்குத் தெரியாததா?”

ஹெர்வே ஜான்கர் பதில் சொல்லவில்லை. ஹரா கீய் அவனை நேருக்கு நேராகப் பார்த்து இதமாகச் சொன்னான்.

“என்னுடன் வாருங்கள்.”

ஹெர்வே ஜான்கர் அவனைப் பின்தொடர்ந்தான். சில எட்டுகள் வைத்த பின்பு அந்தப் பெண்ணைப் பார்த்துத் திரும்பி குனிந்து வணங்கினான்.

“விரைவில் மறுபடியும் உன்னைச் சந்திக்க முடியும் என்று நம்புகிறேன்.”

ஹரா கீய் நடையைத் தொடர்ந்தான்.

“அவளுக்கு உங்களுடைய மொழி தெரியாது.”

அவன் சொன்னான்.

“வாருங்கள்.”

34

அன்று மாலை ஹரா கீய், ஹெர்வே ஜான்கரைத் தன்னுடைய வீட்டுக்கு அழைத்திருந்தான். அதில் கிராமத்திலிருந்து வந்த சில ஆண்கள் இருந்தார்கள். அதிகபட்ச நேர்த்தியுடன் உடையணிந்த பெண்களும் இருந்தார்கள். அவர்கள் முகத்தில் வெள்ளையும் அடர் நிறங்களையும் தீட்டியிருந்தார்கள். சாகே அருந்திக்கொண்டிருந்தார்கள். மரத்தால் செய்த குழாய்களில் தீவிரமான நெடியுள்ள காட்டமான புகையிலையைப் புகைத்துக்கொண்டிருந்தார்கள். கண்ணாடித் தம்ளர்கள் தென்பட்டன. ஒருவன் மனிதர்களைப் போலவும் விலங்குகளைப் போலவும் பகடி செய்து சிரிப்பைத் தூண்டிவிட்டான். மூன்று கிழவிகள் முகத்தில் பதித்து வைத்த சிரிப்புடன் தந்தி வாத்தியங்களை மீட்டினார்கள். ஹரா கீய், அடர்ந்த நிற உடையணிந்து வெற்றுக் கால்களுடன் மதிப்புக்குரிய இடத்தில் உட்கார்ந்திருந்தான். அவன் அருகில் சிறுமியைப் போன்ற முகம் கொண்ட அந்தப் பெண் மிகப் பிரகாசமான பட்டு அங்கியணிந்து உட்கார்ந்திருந்தாள். ஹெர்வே ஜான்கர் அறையின் மறுகோடியில் இருந்தான். அவனைச் சூழ்ந்திருந்த பெண்கள் பயன்படுத்தி யிருந்த வாசனைத் திரவியங்களின் நெடியால் முற்றுகையிடப்பட்டிருந்தான். சின்னச் சம்பவங் களை மகிழ்ச்சியோடு தன்னுடன் பகிர்ந்து கொண்டவர்களைப் பார்த்து அவர்கள் சொல்வது தனக்குப் புரியவில்லை என்ற தடுமாற்றத் துடனேயே புன்னகைத்தான். மீண்டும் மீண்டும் அவன் அவளுடைய கண்களைத் தேடினான்; அவளும் அவன் கண்களைத் தேடினாள். கண்டு கொண்டார்கள். அது ரகசியமான நிறைவுசெய்ய முடியாத மகிழ்ச்சியற்ற ஒருவகை நடனம் போலிருந்தது. இரவின் பிற்பாதி வரை அவன் அந்த நடனத்தைத் தொடர்ந்தான். பின்பு எழுந்தான்.

தன்னுடன் துணைக்கு வரத் தயாராக இருந்த ஒருத்தியை எப்படியோ திருப்பியனுப்பிவிட்டுப் பிரெஞ்சு மொழியில் சமாதானம் சொல்லிக் கிளம்பினான். புகை மேகங்களுக்கு இடையிலும் தன்னிடம் புரியாத மொழியில் குசலம் பேசும் ஆண்களுக்கு மத்தியிலும் தட்டுத் தடுமாறி வெளியேறினான். அறையிலிருந்து வெளியேறும் முன்பு கடைசியாக ஒரு முறை அவள் இருக்கும் திசையில் பார்வையை வீசினான். விழிகளின் ஆழ்ந்த அமைதியினூடே, முடிவில்லாத யுகங்களாக அவள் அவனை உற்றுப் பார்த்துக் கொண்டிருந்தாள்.

சுத்தமான இரவுக் காற்றைச் சுவாசித்தபடி ஹெர்வே ஜான்கர் கிராமத்தைச் சுற்றித் திரிந்தான். குன்றின் மேலே போகும் வழியையும் தவறவிட்டான். வீட்டை அடைந்தபோது காகிதச் சுவர்களுக்குப் பின்னால் ஏற்றிவைத்த லாந்தர் ஒன்று முன்னும் பின்னுமாக அலைவதைக் கவனித்தான். உள்ளே நுழைந்ததும் இரண்டு பெண்கள் தனக்கு முன்னால் நிற்பதைப் பார்த்தான். வெள்ளைக் கிமோனா அணிந்த கீழ்த் திசைத் தோற்றமுள்ள ஓர் இளம் பெண். அப்புறம் அவள். ஒருவிதமான ஜுரக் கிளர்ச்சி அவள் கண்களிலிருந்து வீசியது. அவள் அவனுக்கு எதிர் வினை செய்யும் நேரத்தைக்கூட அனுமதிக்கவில்லை. அவனை நெருங்கி அவனுடைய கைகளில் ஒன்றைப் பிடித்துத் தன்னுடைய முகத்துக்கு அருகில் கொண்டு போய் உதடுகளால் வருடியபின் அதை இறுக்கமாகப் பற்றித் தனக்கு அருகில் நின்றிருந்த இளம் பெண்ணின் கைகளில் வைத்து விலகி விடாமலிருக்க நொடி நேரம் பிடித்திருந்தாள். கடைசியில் தன்னுடைய கையை இழுத்துக்கொண்டு இரண்டு எட்டு பின்னால் போய் லாந்தரை எடுத்துக்கொண்டு ஹெர்வே ஜான்கரின் கண்களில் ஒரு முறை பார்வையைப் பதித்த பின் வேகமாக வெளியேறினாள். ஆரஞ்சு நிற லாந்தர். அவள் இரவுக்குள் மறைந்தாள். ஒரு சின்ன வெளிச்சம் விலகி விலகிப் போனது.

35

ஹெர்வே ஜான்கர் முன்பு ஒருபோதும் அந்தப் பெண்ணைப் பார்த்ததில்லை. உண்மையில் அந்த இரவிலும் அவளைப் பார்க்கவில்லை. விளக்கேற்றப் படாத அந்த அறையில் அவளுடைய உடலின் அழகை உணர்ந்தான். அவளுடைய கைகளையும் வாயையும் அடையாளம் கண்டான். அதற்கு முன்பு ஒருபோதும் செய்திராத இங்கிதமான சமிக்ஞை களைப் பயன்படுத்தியும் தனக்கே இதுவரை தெரியாத அவசரமற்ற வேகத்தைக் கற்றுக்கொண்டும் மணிக்கணக்காக அவளுடன் கலவியில் ஈடுபட்டிருந் தான். இருட்டில் இந்தப் பெண்ணுடன். அவளுடன் அல்ல.

விடிவதற்குச் சிறிது முன்பாகவே அவள் எழுந்து தன்னுடைய வெள்ளைக் கிமோனோவை அணிந்துகொண்டு வெளியேறினாள்.

36

காலையில் ஹரா கீயின் ஆட்களில் ஒருவன் வீட்டு வாசலில் தனக்காகக் காத்திருப்பதை ஹெர்வே ஜான்கர் பார்த்தான். அவனுடைய கையில் முட்டைகளால் முழுவதுமாக மூடப்பட்ட மல்பெரிப் பட்டைகள் பதினைந்து இருந்தன. சிறியவை. தந்த நிறம் கொண்டவை. ஹெர்வே ஜான்கர் ஒவ்வொர் பட்டையையும் கவனமாக ஆராய்ந்தான். பிறகு விலையைப் பேரம் பேசித் தங்க நாணயங்களைக் கொடுத்தான். அந்த ஆள் வெளியேறுவதற்கு முன்பு தான் ஹரா கீயைப் பார்க்க விரும்புவதாகத் தெரிவித்தான். அந்த ஆள் தலையைக் குலுக்கினான். ஹரா கீய் தன்னுடைய பரிவாரங்களுடன் விடியற் காலையிலேயே போய்விட்டான் என்றும் எப்போது திரும்புவான் என்று யாருக்கும் தெரியாது என்றும் அந்த ஆளின் சைகைகளிலிருந்து ஹெர்வே ஜான்கர் புரிந்துகொண்டான்.

ஹெர்வே ஜான்கர் கிராமம் முழுவதையும் கடந்து ஹரா கீயின் வீட்டுக்கு ஓடினான். அவனுடைய ஒவ்வொரு கேள்விக்கும் தலையாட்டலை மட்டுமே பதிலாகச் சொல்லும் பணியாட்களைத்தாம் அங்கே அவனால் பார்க்க முடிந்தது. வீடும் கைவிடப் பட்டதுபோலத் தோன்றியது. இருந்தும் பொருட் படுத்தத் தேவையில்லாத பொருட்களின்மீது கவனத்தை வைத்துத் தேடியும் தனக்கான செய்தியாக எதையும் அவனால் பார்க்க முடியவில்லை. வீட்டை விட்டிறங்கி கிராமத்துக்குத் திரும்பும்போது அந்தப் பிரம்மாண்டமான கூண்டைக் கடந்து செல்ல வேண்டியிருந்தது. அந்தக் கதவுகள் மீண்டும் மூடியிருந்தன. உள்ளே, ஆகாயத்திலிருந்து அடைக்கலம் தேடி வந்த நூற்றுக்கணக்கான பறவைகள் சிறகடித்துக்கொண்டிருந்தன.

37

ஹெர்வே ஜான்கர் ஏதாவது அறிகுறி தென்படுமா என்று மேலும் இரண்டு நாட்கள் காத்திருந்த பின்பு புறப்பட்டான்.

கிராமத்தை விட்டுப் புறப்பட்டு அரை மணி நேரம் ஆவதற்குள் வெள்ளியிலிருந்து ஒலிப்பது போன்ற விநோதமான ஓசை கேட்டது. இளைப்பாறும் பறவைக் கூட்டங்கள். இலைகளுக்குப் பின்னால் மறைந்திருந்தது ஆயிரக்கணக்கான கறுப்புப் புள்ளிகளாகத் தோன்றின. தன்னைப் பின் தொடர்ந்து வரும் இரண்டு ஆட்களுக்கும் எந்த விளக்கமும் தராமல் ஹெர்வே ஜான்கர் கடிவாளத்தை இழுத்து நிறுத்தினான். தோல் பையிலிருந்து துப்பாக்கியை எடுத்து ஆகாயத்தை நோக்கி ஆறு முறை சுட்டான். அரண்டு போன பறவைகள், பற்றி எரியும் வீட்டிலிருந்து எழும் புகை மேகம்போல வானில் உயர்ந்தன. அங்கிருந்து நாட்கணக்காகப் பயணம் செய்து அடைய வேண்டிய இடத்திலிருந்து பார்த்தாலும் தெரியக்கூடியதாக இருந்தது அந்தப் பறவைக் கூட்டம். தங்களுடைய அச்சத்தைத் தவிர வேறு எந்தக் குறிக்கோளும் இல்லாத அந்தப் பறவைகள் வானத்தை இருண்டுபோகச் செய்தன.

38

ஆறு நாட்களுக்குப் பிறகு டாக்கோவோகாவில் டச்சுக் கள்ளக் கடத்தல்காரர்களின் கப்பலில் ஏறி சாபிர்க்குக்கு வந்து சேர்ந்தான். சீன எல்லையை யொட்டி பைகல் ஏரி வரை பயணம் செய்தான். சைபீரிய மண்ணிலூடே நான்காயிரம் கிலோ மீட்டர் பயணம் செய்து யூரல் மலைத் தொடர்களைத் தாண்டி கீயேவுக்குத் திரும்பினான். ரயில் மார்க்கமாக ஐரோப்பா முழுவதையும் கிழக்கிலிருந்து மேற்காகக் கடந்து மொத்தமாகச் சேர்த்து மூன்று மாதப் பயணத்துக்குப் பின்பு பாரீசுக்குத் திரும்பி வந்தான். ஏப்ரல் மாத முதல் ஞாயிறு. தேவாலயத்தில் முதல் பலி பூசை நேரத்தில் லாவில்லேடியூவின் எல்லையை அடைந்தான். வண்டியை நிறுத்திவிட்டுச் சற்று நேரம் அவன் அதிலேயே இழுத்துவிடப்பட்ட திரை களுக்குப் பின்னால் அசையாமல் உட்கார்ந்தான். பிறகு வண்டியிலிருந்து இறங்கி முடிவில்லாத களைப்புடன் அடிமேல் அடிவைத்து நடந்தான்.

போரைப் பார்த்தானா என்று பல்தாபியோ அவனிடம் விசாரித்தான் "நான் எதிர்பார்த்துக் கொண்டிருந்த எதையும் பார்க்கவில்லை" என்று பதில் சொன்னான்.

அன்று இரவு ஹெலனின் படுக்கையில் பொறுமையே இல்லாமல் அவளுடன் உறவு கொண்டான். மிகவும் பயந்துபோன அவளால் கண்ணீரை அடக்க முடியவில்லை. அவன் அதைப் பார்த்தபோது அவனுக்காகப் பலவந்தமாகச் சிரிக்க அவள் முயன்றாள்.

"எனக்கு மிகவும் மகிழ்ச்சி, அதனால்தான்" அவள் அவனிடம் மென்மையாகச் சொன்னாள்.

39

ஹெர்வே ஜான்கர் முட்டைகளை லாவில்லேடியூ பட்டு உற்பத்தியாளர்களிடம் ஒப்படைத்தான். நாட்கணக்காக நகரத்தில் காணப்படாமலிருந் தான். ஒரு வாடிக்கையாக மாற்றிக்கொண்டிருந்த வெர்தன் கபேவுக்குச் செல்வதைக் கூடக் கைவிட்டிருந்தான். திடீரென்று ஒரு நாள் பேச்சை நிறுத்திய பின்னர் சாகிற நாள்வரைக்கும் ஒரு வார்த்தைகூட உச்சரிக்காமலிருந்த ஜீன் பெர்பெக்கின் கைவிடப்பட்ட வீட்டை மே மாத ஆரம்பத்தில் ஹெர்வே ஜான்கர் விலைக்கு வாங்கிப் பொது ஆச்சரியத்தை உண்டாக்கினான். அதைத் தன்னுடைய புதிய சோதனைக் கூடமாக மாற்றும் திட்டத்தை அவன் வைத்திருக்கலாம் என்று ஒவ்வொருவரும் நினைத்தார்கள். அதைச் சுத்தப் படுத்தும் முயற்சியைக்கூட அவன் தொடங்கவில்லை. அடிக்கடி அங்கே போய் அந்த அறைகளில் தனித்து இருந்தான். எதற்காக என்று யாருக்கும் தெரிய வில்லை.

ஒரு நாள் பல்தாபியோவையும் தன்னுடன் அழைத்து வந்தான்.

“ஜீன் பெர்பெக் பேச்சை நிறுத்தியது ஏன் என்று உனக்குத் தெரியுமா?” என்று கேட்டான்.

“அவன் சொல்லாமலிருந்த பலவற்றில் ஒன்று அதுதான்.”

வருடங்கள் கழிந்திருந்தன. எனினும் சுவர்களில் படங்கள் தொங்கின. கழுவு தொட்டிக்கு அருகில் பாத்திரங்கள் உலர்த்தும் மேடையில் சாஸ் பேன்கள் இருந்தன. மகிழ்ச்சியளிக்கும் காட்சிகள் எதுவுமில்லை. பல்தாபியோவுக்கு அங்கிருந்து போனால் போதும் என்று இருந்தது. ஆனால் ஹெர்வே ஜான்கரோ உயிர்ப்பில்லாத பாசி

படர்ந்த சுவர்களால் வசீகரிக்கப்பட்டவன்போல அவற்றையே உற்றுப் பார்த்துக்கொண்டிருந்தான். ஒன்று வெளிப்படையாக இருந்தது. அவன் தேடுகிற ஏதோ ஒன்று அங்கே இருந்தது.

"ஒருவேளை சில சமயங்களில் வாழ்க்கை அதன் ஒரு பக்கத்தைக் காட்டியிருக்கும். அதுவே இன்னும் சொல்வதற்கு எதுவும் இல்லை என்று ஆக்கியிருக்கும்."

அவன் சொன்னான்.

"இனி எப்போதும் எதுவுமில்லை."

பல்தாபியோ தீவிரமான விவாதங்களுக்கான நபரல்ல. அவன் ஜீன் பெர்பெக்கின் படுக்கையைப் பார்த்தபடி நின்றான்.

"இதுபோன்ற இறுகிய வீட்டில் ஒருவேளை யாராக இருந்தாலும் பேச்சுத் திறனை இழந்துதான் போவார்கள்."

அபூர்வமாகவே நகரத்தில் தென்பட்டும் இன்றோ நாளையோ உருவாக்கத் தீர்மானித்திருக்கும் பூங்காத் திட்டங்களுக்காக முழு நேரத்தையும் செலவழித்தும் ஹெர்வே ஜான்கர் ஒதுங்கிய வாழ்க்கையைத் தொடர்ந்தான். எந்திரங்களைப் போலத் தோற்றம் தரும் அசாதாரணமான படங்களைக் காகிதமான காகிதங்களில் வரைந்து தள்ளினான். ஒரு சாயங்காலம் ஹெலன் அவனிடம் கேட்டாள்.

"இது என்ன?"

"இது ஒரு பறவைக் கூண்டு."

"பறவைக் கூண்டா?"

"ஆமாம்."

"எதற்காக?"

ஹெர்வே ஜான்கர் கோட்டுச் சித்திரங்களில் பார்வையைப் பதித்திருந்தான்.

"உன்னால் எவ்வளவு முடியுமோ அவ்வளவு பறவைகளைக் கூண்டில் நிரப்பு. உனக்கு நல்லது ஏதாவது நடக்கும் நாளில் அவற்றைத் திறந்து விட்டு அவை பறந்து போவதைப் பார்."

40

ஜூன் மாதக் கடைசியில் ஹெர்வே ஜான்கர் மனைவியுடன் நைஸுக்குப் போனான். கடற்கரை ஓரமாக ஒரு சிறு வில்லாவை வாடகைக்கு எடுத்துக் கொண்டார்கள். வழக்கத்தை மீறிய இந்த ஓய்வும் புத்துணர்வும் தன் கணவனைக் கீழ்ப்படுத்தி யிருப்பதாகத் தோன்றும் துக்கத்தைத் தளரச் செய்ய உதவும் என்று ஹெலன் நிச்சயம் கொண்டிருந்தாள். அவனுடைய விருப்பத்துக்குப் பொருத்தமான ஒன்றைத் தேர்ந்தெடுப்பதற்கான சாமர்த்தியமும் அவளுக்கு இருந்தது. அதன் வழியாக அவனுடைய ஆசையை நிறைவேற்றிய திருப்தியும் இருந்தது.

அந்த மூன்று வாரங்களில் எளிமையான நிறைவை, மறுத்துச் சொல்ல முடியாத நிறைவை அனுபவித்து மகிழ்ந்தார்கள். வெம்மை குறைவாக இருக்கும் நாட்களில் ஒற்றைக் குதிரை வண்டியை வாடகைக்கு அமர்த்தி, எங்கிருந்து பார்த்தால் கடல் ஒரு வண்ணக் காகிதப் பின்னணிபோலத் தெரியுமோ, அந்தக் குன்றுகளுக்கு இடையில் மறைந்திருக்கும் கிராமங்களைக் கண்டுபிடிப்பதில் இன்பமடைவார்கள். எப்போதாவது நகரத்தில் இசை நிகழ்ச்சிக்கோ சமூக நிகழ்வுகளுக்கோ போவார்கள். ஒரு நாள் மாலை ஓர் இத்தாலியப் பிரமுகரின் அறுபதாம் ஆண்டு விழாக் கொண்டாட்டத்தின் இரவு விருந்துக்கு அழைக்கப்பட்டு ஹோட்டல் சூசிக்குப் போனார்கள். மேலுணவு வேளை வந்த போது ஹெர்வே ஜான்கர் ஹெலனைப் பார்க்க நேர்ந்தது. அவள் மேஜையின் மறுபுறம் அழகான ஓர் ஆங்கிலேயக் கனவானுக்குப் பக்கத்தில் உட்கார்ந்திருந்தாள். அணிந்திருந்த பின்வெட்டுக் கோட்டின் பொத்தான் துவாரத்தில் குட்டியான நீல நிறப் பூக்களால் தொடுத்த சின்ன மாலையை நயமாகச் சொருகியிருந்தான் அவன். ஹெலனை

நோக்கிச் சாய்ந்து அவள் காதில் ஏதோ சொல்லுவதையும் ஹெர்வே ஜான்கர் கவனித்தான். ஹெலன், அவளுடைய சிரிப்பு களிலேயே மிக அழகான சிரிப்பாக வெடித்து சிரித்தாள். அப்படிச் சிரிக்கும்போது அவள் அந்த ஆங்கிலேயக் கனவான்மீது சற்றுச் சாய்ந்தாள். அவளுடைய கூந்தல் அவனுடைய தோளை வருடியது. அந்தச் செய்கை வருத்தம் ஏற்படுத்தக்கூடியதாக இருக்கவில்லை எனினும் அதன் விளக்கங்கள் தொந்தரவு தருபவையாக இருந்தன.

ஹெர்வே ஜான்கர் தன்னுடைய தட்டைப் பார்த்தான். ஆனால் அவனால் முடியவில்லை. மேலுணவை எடுக்க வைத்திருந்த வெள்ளிக் கரண்டியை இறுகப் பிடித்திருந்தும் அவன் கை சந்தேகத்துக்கிடமின்றி நடுங்குவதைக் கவனித்தான்.

சற்று நேரத்துக்குப் பின்பு ஹெர்வே ஜான்கர் அபரிமிதமான போதையில் புகைபிடிக்கும் அறைக்குள் சென்று அங்கே மேஜையில் தனித்தும் தனக்கு முன்னால் இருப்பதை வெற்றுப் பார்வை பார்த்துக்கொண்டுமிருந்த ஒருவனை நெருங்கினான். அவனுக்கு முன்னால் குனிந்து மெதுவாகச் சொன்னான்:

"திருவாளரே, உங்களிடம் சொல்ல ஒரு முக்கியமான விஷயம் இருக்கிறது. நாமெல்லாரும் வெறுப்பேற்படுத்துபவர்கள். நாமெல்லாரும் ஆச்சரியமானவர்கள். நாமெல்லாரும் வெறுப்பேற்படுத்துபவர்கள்."

அவன் டிரெஸ்டனைச் சேர்ந்தவன். திக்கித் திணறிப் பேசினாலும் பிரெஞ்சு மொழியைக் கொஞ்சமாகப் புரிந்து கொண்ட அவன் தலையைத் திரும்பத் திரும்ப ஆட்டி உரக்கச் சிரித்துக்கொண்டிருந்தான். அவன் ஒருபோதும் சிரிப்பதை நிறுத்தமாட்டான் என்றே தோன்றியது.

ஹெர்வே ஜான்கரும் மனைவியும் செப்டம்பர் மாத ஆரம்பத்திலும் ரிவேரா வாசத்தைத் தொடர்ந்தார்கள். மிகுந்த வருத்தத்துடன்தான் அவர்கள் அந்த வில்லாவைவிட்டு வந்தார்கள். ஏனெனில் அந்தச் சுவர்களுக்கிடையில்தான் அவர்கள் ஒருவர்மீது ஒருவர் வைத்திருந்த காதலுக்கான அழைப்பு மென்மையாகத் தங்கியிருந்தது.

41

ஹெர்வே ஜான்கரின் வீட்டுக்கு பல்தாபியோ, வந்திருந்ததுதான் அன்றைய காலையின் முதல் சம்பவம். இருவரும் முற்றத்தில் உட்கார்ந்தார்கள்.

"பூங்கா வேலை நடக்கவில்லை, இல்லையா?"

"பல்தாபியோ, நான் அந்த வேலையை இன்னும் தொடங்கவே இல்லையே?"

"அது சரி."

பல்தாபியோ ஒருபோதும் காலையில் புகை பிடித்ததில்லை. அவன் குழாயை எடுத்து நிரப்பிப் பற்ற வைத்தான்.

"நான் அந்தப் பாஸ்டர் என்பவனைப் பார்த்தேன். அவனுக்கு எது என்னவென்று தெரிந்திருக்கிறது. என்னிடம் காட்டினான். நல்ல முட்டைகளிலிருந்து நோய் தொற்றிய முட்டை களை வேறுபடுத்திச் சொல்ல முடிகிறது. ஆனால், அவற்றைக் குணப்படுத்த அவனால் முடியாது. எனினும் நல்ல முட்டைகளைப் பிரித்தெடுக்க முடியுமே? அப்புறம் நாம் உற்பத்தி செய்திருப்பதில் முப்பது சதவீதம் நல்லவை என்று சொல்கிறான்."

இடைவெளி.

"ஜப்பானில் யுத்தம் ஆரம்பித்துவிட்டதாகச் சொல்கிறார்கள். இந்த முறை உண்மையாக. ஆங்கிலேயர்கள் அரசாங்கத்துக்கும் டச்சுக்காரர்கள் கலகக்காரர்களுக்கும் ஆயுதம் கொடுக்கிறார்கள். அவர்கள் அதை ஒப்புக்கொண்டதாகத் தோன்று கிறது. முதலில் எல்லா வசதிகளையும் கொடுத்து விட்டுப் பிறகு எல்லாவற்றையும் பறித்துக்கொண்டு அவர்களுக்கிடையில் பங்கு போட்டுக்கொள் வார்கள். பிரெஞ்சுத் தூதரகம் எல்லாவற்றையும்

கவனிக்கிறது. பார்த்துக்கொண்டிருப்பதைத் தவிர மக்கள் என்ன செய்ய? கூட்டக் கொலைகளைப் பற்றியும் ஆடுகளைப்போலக் கழுத்து அறுக்கப்படும் வெளிநாட்டுக்காரர்களைப் பற்றியும் அறிக்கைகள் அனுப்பத்தான் அவர்களால் முடியும்."

இடைவெளி.

"காஃபி மிச்சம் இருக்கிறதா?"

ஹெர்வே ஜான்கர் அவனுக்குக் கொஞ்சம் காஃபியை ஊற்றிக் கொடுத்தான்.

இடைவெளி.

அந்த இரண்டு இத்தாலியர்கள் . . . ஃபெராரியும் இன்னொருவனும்... போன வருடம் சீனாவுக்குப் போனார்களே, அவர்கள் முட்டைகளுடன் திரும்பி வந்திருக்கிறார்கள்... நல்ல சரக்கு... பதினைந்தாயிரம் அவுன்சுகள். போலெட்காரர்களும் கொஞ்சம் வாங்கியிருக்கிறார்கள். முதல் தரமான சரக்கு என்று அவர்களும் சொல்லுகிறார்கள். ஒரு மாதத்துக்குள் அவர்கள் திரும்பவும் போகிறார்களாம். அவர்கள் ஒரு நல்ல வியாபார யோசனையை முன்வைக்கிறார்கள். அவர்கள் விலையும் நியாயமாக இருக்கிறது . . . ஒரு அவுன்ஸுக்குப் பதினொரு ஃப்ராங்க்...மொத்தச் சரக்கும் இன்ஷூர் செய்யப்பட்டது. அவர்கள் நம்பகமானவர்கள். ஒரு வலுவான அமைப்பும் அவர்களுக்குப் பின்னால் இருக்கிறது. ஐரோப்பாவில் பாதிக்கு அவர்கள்தாம் முட்டைகளை விற்றுக்கொண்டிருக்கிறார்கள். நம்பிக்கையான ஆட்கள் என்று எனக்கும் தோன்றுகிறது."

இடைவெளி.

"எனக்குத் தெரியவில்லை. ஒருவேளை நம்மால் சமாளிக்க முடியலாம். நம்முடைய முட்டைகள், பாஸ்டரின் வேலை, அந்த இரண்டு இத்தாலியர்களிடமிருந்து நம்மால் எவ்வளவு வாங்க முடியுமோ அவ்வளவு . . . எல்லாம் சேர்த்து நாம் சமாளிக்கலாம். மறுபடியும் உன்னை அங்கே அனுப்பிவைப்பது பைத்தியக்காரத்தனம் என்று நகரத்தில் மற்றவர்கள் எல்லாரும் சொல்கிறார்கள். இத்தனை செலவு செய்து . . . மிகவும் ஆபத்தானது என்றும் சொல்கிறார்கள்... அவர்களோ அங்கேயே இருக்கிறார்கள்... பழைய காலத்தில் வேறாக இருந்தது . . . ஆனால் இப்போது... இப்போது உயிரோடு திரும்பி வருவது அவ்வளவு எளிதல்ல..."

இடைவெளி.

"உண்மை என்னவென்றால் அந்த முட்டைகளை இழக்க அவர்கள் விரும்பவில்லை. எனக்கும் உன்னை இழக்க விருப்ப மில்லை."

ஹெர்வே ஜான்கர் ஜன்னல் வழியாகப் பூங்காவை, இன்னும் உருவாகாத பூங்காவைப் பார்த்தான். பிறகு முன்பு ஒருபோதும் செய்யாத ஒன்றைச் செய்தான்.

"பல்தாபியோ, நான் ஜப்பானுக்குப் போகிறேன்" என்றான்.

"அந்த முட்டைகளை வாங்கப் போகிறேன். வேண்டி வந்தால் என் சொந்தப் பணத்தில் போகிறேன். நீங்கள் செய்ய வேண்டியதெல்லாம் அதை நான் உங்களுக்கு விற்க வேண்டுமா இல்லை வேறு யாருக்காவது விற்க வேண்டுமா என்று முடிவெடுப்பதுதான்."

பல்தாபியோ அதை எதிர்பார்த்திருக்கவில்லை. ஊனமுற்றவன் கடைசி வீச்சில் நான்கு புள்ளிகளை வென்றது போன்ற அசாத்திய ஜியோமிதியாக இருந்தது அது.

42

பாஸ்டர் நம்பத் தகாதவன் என்றும் இரண்டு இத்தாலியர்களும் ஏற்கனவே பாதி ஐரோப்பாவையும் மோசடி செய்தவர்கள் என்றும் குளிர்காலத்துக்கு முன்பே ஜப்பானில் போர் ஓய்ந்துவிடும் என்றும் நீங்கள் எல்லாரும் முட்டாள் கூட்டமல்லவே என்று புனித ஆக்னஸ் கனவில் கேட்டதாகவும் லாவில்லேடியூ பட்டு உற்பத்தியாளர்களிடம் பல்தாபியோ தெரியப்படுத்தினான். அவனால் பொய் சொல்ல முடியாத ஒரே நபர் ஹெலன் மட்டுமே.

"அவர் உண்மையாகவே போக வேண்டியிருக்கிறதா, பல்தாபியோ?"

"இல்லை."

"பிறகு ஏன்?"

"என்னால் அவனைத் தடுக்க முடியாது. போக வேண்டும் என்று அவன் வற்புறுத்தும்போது என்னால் செய்யக்கூடியது அவன் திரும்பி வருவதற்கான இன்னொரு காரணத்தை அவனுக்குக் கொடுப்பதுதான்."

லாவில்லேடியூ பட்டு உற்பத்தியாளர்கள் அனைவரும் தயக்கத்துடனாவது பயணச் செலவுக்கான அவரவர் பங்கைக் கொடுத்தார்கள். ஹெர்வே ஜான்கர் தன்னுடைய ஏற்பாடுகளைச் செய்ய ஆரம்பித்து அக்டோபர் மாதத் தொடக்கத்தில் புறப்படத் தயாரானான். எல்லா வருடங்களையும் போலவே கேள்விகள் எதுவும் கேட்காமல் பதற்றங்கள் எல்லாவற்றையும் தனக்குள்ளேயே அடக்கிக்கொண்டு ஹெலன் அவனுக்கு உதவினாள்.

கடைசி நாள் இரவில் விளக்கை அணைத்த பின்னர் மட்டுமே அவனிடம் பேச அவளுக்குத் தைரியம் வந்தது.

"நீங்கள் திரும்பி வருவதாகச் சத்தியம் செய்ய வேண்டும்."

திடமான குரலில் கண்டிப்பாகச் சொன்னாள்.

"நீங்கள் திரும்பி வருவதாகச் சத்தியம் செய்ய வேண்டும்."

இருளில் ஹெர்வே ஜான்கர் பதில் சொன்னான்:

"நான் சத்தியம் செய்கிறேன்."

43

1864 ஆம் ஆண்டு அக்டோபர் 10ஆம் தேதி ஹெர்வே ஜான்கர், தனது நான்காவது ஜப்பான் பயணத்துக்குப் புறப்பட்டான்.

மெட்ஸுக்கு அருகில் பிரெஞ்சு எல்லையைக் கடந்து வ்ருட்டென்பர்க் பவாரியப் பரப்புகளில் பயணம் செய்து ஆஸ்திரியாவுக்குள் நுழைந்து வியன்னாவை அடைந்து புடாபெஸ்டுக்கு ரயில் மூலம் வந்து அங்கிருந்து கியேவுக்கு வந்து சேர்ந்தான். குதிரை மேல் ஏறி இரண்டாயிரம் கிலோ மீட்டர் களுள்ள ரஷ்ய ஸ்டெப்பிப் பிரதேசத்தைக் கடந்து யூரல் மலைகளைத் தாண்டி சைபீரியாவுக்குள் நுழைந்து, நாற்பது நாட்கள் பயணத்தைத் தொடர்ந்து உள்ளூர்வாசிகளால் 'பரிசுத்தம்' என்று அழைக்கப் படும் பைகல் ஏரியை அடைந்தான். ஆமூர் நதியில் இறங்கிக் கடலுடன் கலக்கும் இடம்வரை சீன எல்லையோரமாகப் பயணம் செய்து சாபிர்க் துறைமுகத்தை அடைந்து டச்சுக் கடத்தல்காரர் களின் கப்பல் வந்து சேர்வதற்காக எட்டு நாட்கள் காத்திருந்த பின்பு அவர்கள் அவனை ஜப்பானின் மேற்குக் கடற்கரையிலிருக்கும் தெரயா முனைக்குக் கொண்டுவந்துவிட்டார்கள். குறுக்கு வழிகளில் குதிரைச் சவாரி செய்து இஷிக்காவா, டோயாமா, நைகட்டா மாவட்டங்களைக் கடந்து ஃபுக்குஷிமா மாவட்டத்துக்குள் நுழைந்தான். ஷிராக்காவாவை அடைந்தபோது பாதி அழைக்கப்பட்ட நகரத்தைப் பார்த்தான். இடிபாடுகளுக்கு இடையில் அரசாங்க ராணுவப் படை முகாமிட்டிருந்தது. நகரத்தின் கிழக்குப் பக்கமாகச் சென்று ஹரா கீயின் தூதனுக்காக ஐந்து நாட்கள் வெறுமனே காத்திருந்தான். ஆறாம் நாள் விடியற்காலை வடக்குப் பகுதியிலிருந்த குன்றுகளுக்குப் போனான். அவனிடம் கச்சாவான நிலப்படங்களும் வழிகளைப் பற்றிய சொற்ப

ஞாபகங்களுமே இருந்தன. ஒரு நதி, பிறகு காடு, அதன் பிறகு பாதை... இவற்றை அடையாளம் கண்டடையும்வரை நாட்கணக்காக அலைந்து கொண்டிருந்தான். பாதையின் முடிவில் ஹராகீயின் கிராமத்தைப் பார்த்தான். முழுக்க எரிந்து விழுந்த வீடுகளை, மரங்களை. ஒவ்வொன்றையும் பார்த்தான்.

அங்கே எதுவும் மிஞ்சியிருக்கவில்லை. அங்கே உயிருள்ள எந்த ஜீவனுமில்லை.

பறவைகள் விட்டுச் சென்ற பிரம்மாண்டமான கூண்டை உற்றுப் பார்த்துக்கொண்டு ஹெர்வே ஜான்கர் அசையாமல் நின்றான். அவனுக்குப் பின்னால் எட்டாயிரம் கிலோ மீட்டர் நீளத்தில் பாதை கிடந்தது. அவனுக்கு முன்னால் வெறுமை. கண்ணுக்குப் புலனாகாதது எதுவென்பதை உடனடித் தோற்றத்தில் உணர்ந்தான்.

உலகத்தின் முடிவு.

44

கிராமத்தின் இடிபாடுகளுக்கு நடுவே ஹெர்வே ஜான்கர் மூன்று மணி நேரங்களைச் செலவிட்டான். இங்கே வீணாக்கும் ஒவ்வொரு மணி நேரமும் தனக்கும் லாவில்லேடியூ மொத்தத்துக்கும் பேரழிவைக் கொண்டுவரும் என்பது புரிந்திருந்தாலும் அவனால் அங்கிருந்து போக முடியவில்லை. அவனுக்குப் பட்டுப் புழு முட்டைகள் கிடைக்க வில்லை. இனி மேல் கிடைத்தாலும் மறுபடியும் இந்த உலகத்தைத் தாண்டிப் போய்ச் சேர இரண்டு மாதங்களே எஞ்சியிருந்தன. அதற்குள் அந்த முட்டைகள் வழியிலேயே பொரிந்து பயனற்ற புழுக்களாகி நாசமாகும். ஒரு நாள் தாமதம் என்பது முடிவுக்குக் காரணமாகலாம். அவன் இதைப் புரிந்து கொண்டிருந்தாலும் முன்னால் நகர முடியவில்லை. எனவே எந்த ஒழுங்கோ காரணமோ இல்லாமல் அந்த ஆச்சரியமூட்டும் சம்பவம் நடைபெறும்வரை அங்கேயே இருந்தான். எங்கிருந்து என்று தெரியாமல் ஒரு சிறுவன் திடீரென்று முன்னால் வந்தான். கிழிந்து தொங்கும் உடைகளணிந்த அவன் அந்நியனைப் பயத்துடன் பார்த்துக்கொண்டே குதிரை நடையில் வந்தான். ஹெர்வே ஜான்கர் அசையாமல் இருந்தான். அந்தச் சிறுவன் சில எட்டுகள் வைத்த பிறகு நின்றான். சில அடிகள் தூரத்தில் ஒருவரை ஒருவர் பார்த்துக்கொண்டு நின்றார்கள். பின்னர் அந்தச் சிறுவன் தன்னுடைய கந்தை உடைக்குள்ளேயிருந்து எதையோ எடுத்து பயத்தில் நடுங்கிக்கொண்டே ஹெர்வே ஜான்கரை நெருங்கி அதை அவனிடம் கொடுத்தான். ஒரு கையுறை. ஓர் ஏரியையும் கரையில் கிடக்கும் ஆரஞ்சு வண்ண உடையையும் தொலைவிலிருந்து அனுப்பப்பட்டவை போல ஏரியின் கரையை அலசிக்கொண்டிருந்த வட்டச்

சிற்றலைகளையும் ஹெர்வே ஜான்கர் தனது மனக் கண்ணில் கண்டான். அவன் அந்தக் கையுறையை வாங்கிக்கொண்டு சிறுவனைப் பார்த்துப் புன்னகைத்தான்.

"இது நான்தான்... பிரெஞ்சுக்காரன்... பட்டுநூல்காரன்... பிரெஞ்சுக்காரன்... புரிந்ததா? இது நான்தான்."

சிறுவன் நடுங்குவதை நிறுத்தினான்.

"பிரெஞ்சுக்காரன்..."

சிறுவனின் விழிகள் கண்ணீர்ப் பிரகாசத்துடன் இருந்தன. ஆனாலும் அவன் சிரித்தான். வேகமாக, கிட்டத்தட்ட கத்துவதைப் போலப் பேச ஆரம்பித்தான். பிறகு ஹெர்வே ஜான்கரிடம் தன்னைப் பின் தொடரும்படி சைகை காட்டிவாறு ஓடினான். காட்டுக்குள் நுழைந்து மலைகளை நோக்கிப் போகும் பாதையில் மறைந்தான்.

ஹெர்வே ஜான்கர் அசையாமலிருந்தான். அந்தக் கையுறையை, தொலைந்துபோன ஓர் உலகத்தில் மிச்சம் இருப்பது இதுமட்டுமே என்பதுபோலக் கைகளில் வைத்துச் சுழற்றிக் கொண்டிருந்தான். மிகவும் தாமதமாகிவிட்டதென்று அவனுக்குத் தெரிந்திருந்தது. அவனுக்கு வேறு வாய்ப்பும் இருக்கவில்லை.

அவன் எழுந்து நின்றான். மெதுவாகத் தன்னுடைய குதிரை அருகில் திரும்பி வந்தான். அதன் மேல் ஏறினான். பிறகு வழக்கத்துக்கு மாறான செயலைச் செய்தான். தன்னுடைய குதிகால்களால் அந்த விலங்கின் விலா எலும்புகளில் உதைத்தான். சிறுவனைப் பின் தொடர்ந்து காட்டை நோக்கி உலகின் முடிவுக்கு அப்பால் போனான்.

45

மலைகளினூடே வடக்குத் திசை நோக்கி அவர்கள் நாட்கணக்காகப் பயணம் செய்தார்கள். தாங்கள் எங்கேபோய்க்கொண்டிருக்கிறோம் என்பது ஹெர்வே ஜான்கருக்குத் தெரியவில்லை. சிறுவனிடம் எதையும் கேட்காமல் அவனை வழிகாட்டியாகவிட்டிருந்தான். அவர்கள் இரண்டு கிராமங்களுக்குள் புகுந்தார்கள். கிராமவாசிகள் எல்லாரும் உள்ளே ஒளிந்திருந்தார்கள். பெண்கள் வெளியேறியிருந்தார்கள். சிறுவன் அவர்களுக்குப் பின்னால் புரிந்துகொள்ள முடியாத எதையோ பெருங்குரலில் சொல்லிக் கத்திக்கொண்டிருந்தான். அவனுக்கு வயது பதினான்கைவிட அதிகமில்லை. எப்போதும் ஒரு புல்லாங்குழலை வாசித்துக்கொண்டிருந்தான்; உலகத்திலிருக்கும் ஒவ்வொரு பறவையின் ஓசையையும் அதில் எழுப்பினான். தனது வாழ்க்கையின் மிக மகிழ்ச்சிகரமான செயலில் ஈடுபட்ட ஒருவனைப் போலத் தோன்றினான்.

ஐந்தாவது நாள் அவர்கள் ஒரு குன்றின் உச்சியை அடைந்தார்கள். சிறுவன், முன்னால் தெரிந்த ஓர் இடத்தை, பள்ளத்தாக்குக்குச் செல்லும் பாதையில் இருக்கும் ஓர் இடத்தைச் சுட்டிக்காட்டினான். ஹெர்வே ஜான்கர் தொலைநோக்கியை வெளியே எடுத்தான். அவன் பார்த்தது ஒரு வகையான ஊர்வலத்தை. ஆயுதம் தாங்கிய ஆண்கள், பெண்கள், குழந்தைகள், வண்டிகள், கால்நடைகள் எல்லாம்

அதில் இருந்தன. ஒரு முழுக் கிராமமே போய்க்கொண்டிருந்தது. கறுப்பு உடையணிந்து குதிரைமேல் அமர்ந்திருந்த ஹராகீயையும் ஹெர்வே ஜான்கர் பார்த்தான். அவனுக்குப் பின்னால், அடர் நிற உடுப்புகளால் நான்கு பக்கமும் திரையிடப்பட்ட ஒரு சிவிகை அசைந்தாடி வந்துகொண்டிருந்தது.

46

சிறுவன் குதிரை மேலிருந்து இறங்கி ஏதோ சொல்லிவிட்டு விரைவாக நகர்ந்தான். மரங்களுக் கிடையில் மறையும் முன்பு திரும்பிப் பார்த்து மிகவும் மகிழ்ச்சியான பயணம் என்பதை வெளிப்படுத்தும் சமிக்ஞைகளைத் தேடி ஒரு கணம் நின்றான்.

"மிகவும் மகிழ்ச்சியான பயணமாக இருந்தது" என்று ஹெர்வே ஜான்கர் அவனைப் பார்த்து உரக்கச் சொன்னான். பகல் முழுவதும் அந்தப் பயணக் கூட்டத்தை இடைவெளிவிட்டுப் பின்தொடர்ந்தான். இரவில் அவர்கள் பயணத்தை நிறுத்திய பின்னும் ஆயுதம் தாங்கிய மூன்று பேர் தன்னை நெருங்கும் வரை அந்தப் பாதையில் முன்னேறிக்கொண்டிருந் தான். அவர்கள் அவனுடைய குதிரைக்கும் பெட்டி களுக்கும் பொறுப்பெடுத்துக்கொண்டு அவனை ஒரு கூடாரத்துக்கு அழைத்துப் போனார்கள். வெகு நேரம் அங்கே காத்திருந்தான். பிறகு ஹராகீய் தென்பட்டான். இவனுக்கு முகமன் எதுவும் தெரிவிக்கவில்லை. உட்காரவும் இல்லை.

"பிரெஞ்சுக்காரரே, நீங்கள் எப்படி இங்கே வந்து சேர்ந்தீர்கள்?"

ஹெர்வே ஜான்கர் பதில் பேசவில்லை.

"யார் உங்களை இங்கே கொண்டு வந்தது என்று தான் கேட்டேன்."

மௌனம்.

"இங்கே உங்களுக்கு எதுவும் கிடையாது. யுத்தம்தான் இருக்கிறது. அதுவும் உங்களுடைய போரல்ல. போய்விடுங்கள்."

ஹெர்வே ஜான்கர் சிறிய தோல் பையை எடுத்துத் திறந்து அதற்குள்ளே இருந்தவற்றை வெளியே கொட்டினான். பொன் நாணயங்கள்.

"போர் விலையுயர்ந்த விளையாட்டு. உங்களுக்கு நான் தேவை. எனக்கும் நீங்கள் தேவை."

ஹராகீய், தரையில் சிதறிக் கிடந்த நாணயங்களைப் பார்க்கவே இல்லை. கால்களைத் திருப்பி வெளியேறினான்.

47

ஹெர்வே ஜான்கர் அந்த இரவை அவர்களுடைய முகாமுக்கு அருகே கழித்தான். யாரும் அவனிடம் பேசவில்லை. அவனைப் பார்த்ததாகக்கூடக் காட்டிக்கொள்ளவில்லை. நெருப்புக்குப் பக்கத்தில் தரையில் எல்லாரும் படுத்திருந்தார்கள். அங்கே இரண்டு கூடாரங்கள் மட்டுமே இருந்தன. ஒரு கூடாரத்தின் அருகில் அந்தச் சிவிகை காலியாகக் கிடப்பதை ஹெர்வே ஜான்கர் பார்த்தான். அதன் நான்கு மூலைகளிலும் சிறிய கூண்டுகள் தொங்கிக் கொண்டிருந்தன. பறவைகள். கூண்டுகளின் வலை களில் தங்கத்தாலான சின்னச் சின்ன மணிகள் தொங்கிக்கொண்டிருந்தன. இரவின் இளங்காற்றில் அவை மெல்ல ஒலித்தன.

48

விழித்துக்கொண்டபோது கிராமம் மீண்டும் தனது பயணத்தைத் தொடர ஆயத்தமாகிக்கொண்டிருப் பதைப் பார்த்தான். கூடாரங்கள் அகற்றப்பட்டிருந் தன. சிவிகை அங்கேயே இருந்தது. இப்போது அது திறந்து கிடந்தது. ஆட்கள் அமைதியாக வண்டிகளில் ஏறிக்கொண்டிருந்தார்கள். அவன் எழுந்து நின்று கவனமாகச் சுற்றிலும் பார்த்தான். அவனுடைய கண்களை ஒரே ஒரு முறை ஏறிட்ட எல்லாக் கண்களுக்கும் கீழ்த் திசைச் சாயல் இருந்தது. அவை சட்டென்று தாழ்ந்தன. ஆயுதம் தாங்கிய ஆட்களையும் அழாத குழந்தைகளையும் பார்த்தான். பயணத்திலிருக்கும்போது மனிதர்களுக்கு அமையும் கல் முகங்களைப் பார்த்தான். பாதையோரமாக நிற்கும் மரத்தையும் பார்த்தான். அவனை இவ்வளவு தூரம் அழைத்து வந்த அந்தச் சிறுவன் கழுத்தில் சுருக்குப் போடப்பட்டு மரத்தின் கிளையில் தொங்கிக் கொண்டிருப்பதையும் பார்த்தான்.

ஹெர்வே ஜான்கர் மரத்தை நெருங்கி வசியத்துக்கு ஆட்பட்டதுபோலச் சற்று நேரம் அவனையே பார்த்துக்கொண்டிருந்தான். பிறகு மரத்தில் கட்டியிருந்த கயிறை அவிழ்த்து சிறுவனின் உடலை எடுத்துத் தரையில் கிடத்தி அதன் அருகில் மண்டியிட்டு உட்கார்ந்தான். தனது கண்களை அந்த முகத்திலிருந்து அகற்ற அவனால் முடியவில்லை. எனவே கிராமம் புறப்பட்டுச் சென்றதை அவன் பார்க்கவில்லை. தூரத்திலிருப்பதைப் போன்று பயணக் கூட்டத்தின் சந்தடியை, பாதையில் அவனைத் தாண்டிச் சென்றபோது மட்டுமே கேட்டான். அவனை நோக்கி ஓரடி முன்னால் வந்து நின்ற ஹரா கீயின் குரலைக் கேட்டும்கூட அவன் நிமிர்ந்து பார்க்கவில்லை.

"ஜப்பான் புராதனமான தேசம். உங்களுக்குப் புரிகிறதா? அதற்குப் புராதனமான சட்டங்கள் இருக்கின்றன. ஒரு மனிதனை மரண தண்டனைக்கு உட்படுத்தப் பன்னிரண்டு குற்றங்கள் இருப்பதாகச் சட்டம் சொல்கிறது. அதில் ஒன்று எஜமானனின் மனைவியின் காதல் கடிதத்தை எடுத்துச் செல்வது."

கொல்லப்பட்ட சிறுவனின் முகத்தை விட்டு ஹெர்வே ஜான்கர் தன்னுடைய கண்களை அகற்றவில்லை.

"அவன் கையில் காதல் கடிதம் எதுவும் இருக்கவில்லை."

"அவனே ஒரு காதல் கடிதம்தான்."

தனது தலையில் ஏதோ அழுந்துவதையும் தலை நிலத்தை நோக்கி குனியச் செய்யப்படுவதையும் ஹெர்வே ஜான்கர் உணர்ந்தான்.

"பிரெஞ்சுக்காரரே, இது ஒரு சுழல் துப்பாக்கி. தயவுசெய்து உங்கள் கண்களைத் தாழ்த்துங்கள்."

ஹெர்வே ஜான்கருக்கு முதலில் ஒன்றும் புரியவில்லை. பயணக் கூட்டம் தன்னைக் கடந்து செல்கையில் ஆயிரம் சிறு மணிகளின் பொன் ஒலி மெல்ல மெல்லத் தன்னை நெருங்குவதை அவனுடைய காதுகள் கிரகித்தன. பாதையில் ஏறி படிப்படியாக அது அவனை நோக்கி வந்தது. கறுத்த மண்ணைத் தவிர வேறு எதுவும் அவனுடைய கண்களில் படவில்லை. மனக் கண்ணில் பெண்டூலம்போல ஆடும் சிவிகையையும் பார்க்க முடியவில்லை.

49

மௌனத்தைத் தவிரப் பாதையில் எதுவுமில்லை. தரையில் அந்தச் சிறுவனின் பிணம். ஒருவன் மண்டியிட்டு உட்கார்ந்திருக்கிறான். பகல் வெளிச்சத்தின் கடைசிக் கதிர் மிஞ்சும்வரை.

50

யோகாஹாமாவைச் சென்றடைய ஹெர்வே ஜான்கருக்கு பதினோரு நாட்கள் பிடித்தன. ஒரு ஜப்பானிய அதிகாரிக்குக் கையூட்டுக் கொடுத்துத் தீவின் தென்பகுதியிலிருந்து வந்த பதினாறு பெட்டிப் பட்டுப் புழு முட்டைகளைச் சேகரித்தான். அவற்றைப் பட்டுத் துணியால் சுற்றி நான்கு வட்ட வடிவப் பீப்பாய்களில் அடைத்து வைத்தான். ஐரோப்பா கண்டத்துக்குப் போகும் படகு ஒன்று கிடைத்தது. மார்ச் மாத ஆரம்ப நாட்களில் ரஷ்யக் கரையை அடைந்தான். முட்டைகளின் உயிரைத் தக்கவைக்கவும் அவை பொரிவதற்கான காலத்தை நீட்டிக்கவும் உதவும் குளிருக்காக அவன் வடக்கு முனை வழியைத் தேர்ந்தெடுத்தான். அதனால் சைபீரியாவின் நான்காயிரம் கிலோ மீட்டர்களும் கட்டாயப் பயணம்செய்து யூரல் மலைத் தொடர்களைத் தாண்டி செயின்ட் பீட்டர்ஸ்பர்க்குக்கு வந்துசேர்ந்தான். தங்க நாணயங்களை ஏராளமாகச் செலவுசெய்து டன் கணக்கில் பனிப்பாளங்களை வாங்கி முட்டைகளோடு ஹாம்பர்க்கருக்குச் செல்லும் சரக்குக் கப்பலில் ஏற்றினான். அந்தக் கடற்பயணம் ஆறு நாட்கள் பிடித்தது. அந்த நான்கு வட்டப் பீப்பாய்களையும் இறக்கி தெற்கே போகும் ரயிலில் ஏற்றினான். பதினோரு மணி நேரப் பயணத்துக்குப் பிறகு எபெர்பெல்ட் நகரத்தைத் தாண்டியதும் தண்ணீர் நிரப்பிக்கொள்ளுவதற்காக ரயில் நின்றது. ஹெர்வே ஜான்கர் தன்னையே ஒருமுறை பார்த்துக்கொண்டான். கோடைக் காலச் சூரியன் கோதுமை வயல்களை வீழ்த்திக்கொண்டிருந்தது; உலகமே அப்படித்தான் இருந்தது. அவனுக்கு எதிரில் ஒரு ரஷ்ய வியாபாரி உட்கார்ந்திருந்தான். காலணிகளைக் கழற்றிப் போட்டுவிட்டு ஜெர்மன் மொழி நாளிதழின் கடைசிப் பக்கத்தால் விசிறிக் கொண்டிருந்தான். ஹெர்வே ஜான்கர் அவனையே

உற்றுப் பார்த்தான். அவனுடைய சட்டையில் வியர்வைத் திட்டுகள் படிந்திருப்பதையும் நெற்றியிலும் கழுத்திலும் வியர்வைத் துளிகள் அரும்பி நிற்பதையும் கவனித்தான். அந்த ரஷ்யன் எதையோ சொல்லிச் சிரித்தான். ஹெர்வே ஜான்கர் அவனைப் பார்த்துப் புன்னகைத்துவிட்டு எழுந்து பெட்டிகளை எடுத்துக் கொண்டு ரயிலை விட்டு இறங்கினான். அவற்றை எடுத்துக் கொண்டு கடைசிப் பெட்டிவரை நடந்தான். அந்தச் சரக்குப் பெட்டியில் பனிப்பாளத்தில் பொதிந்து வைத்த மீன்களும் மாமிசமும் இருந்தன. ஆயிரம் தோட்டாக்களால் துளைக்கப்பட்டது போன்ற பேசினிலிருந்து தண்ணீர் தெறித்துக்கொண்டிருந்தது. அவன் கதவை இழுத்துத் திறந்து பெட்டிக்குள் ஏறி தன்னுடைய வட்டமான மரப் பீப்பாய்களை ஒவ்வொன்றாக எடுத்து வெளியே கொண்டுவந்து இருப்புப் பாதைக்கு அருகில் தரையில் வைத்தான். பிறகு கதவை மறுபடியும் மூடிவிட்டுக் காத்து நின்றான். ரயில் நகரத் தயாரானதும் அவர்கள் சீக்கிரம் வந்து உள்ளே ஏறச் சொல்லிக் கத்தினார்கள். அவன் தலையசைப்பால் பதிலளித்து விட்டுச் சைகைகாட்டி வழியனுப்பினான். ரயில் நகர்ந்து ஓடித் தொலைவில் மறைவதைப் பார்த்தான். சத்தம் கேட்காமலாகும் வரை காத்து நின்றான். ஒரு மரப் பீப்பாயை நோக்கிக் குனிந்து அதன் பூட்டுகளைத் திறந்தான். மற்ற மூன்று பீப்பாய்களிலும் அப்படியே செய்தான். நிதானத்துடன், கவனத்துடன்.

இலட்சக்கணக்கான முட்டைப்புழுக்கள். இறந்தவை.

அது 1865ஆம் ஆண்டு மே மாதம் 6ஆம் தேதி.

51

ஒன்பது நாட்களுக்குப் பிறகு ஹெர்வே ஜான்கர் லாவில்லெ டியூவுக்குள் நுழைந்தான். தங்களுடைய மனைநிலத்தில் வரிசையாக மரங்கள் நடப்பட்ட பாதையினூடே வண்டி வந்துகொண்டிருப்பதை ஹெலன் தூரத்திலிருந்தே பார்த்தாள். அழவோ ஓடிச் செல்லவோ கூடாது என்று தனக்குள் சொல்லிக் கொண்டாள்.

முன் வாசலுக்கு ஓடிப் போய்க் கதவைத் திறந்து வைத்து நிலைப்படியில் காத்து நின்றாள்.

ஹெர்வே ஜான்கர் தன்னை நெருங்கி வந்ததும் அவள் சிரித்தாள்.

அவன் அவளைக் கட்டியணைத்துக்கொண்டு மெதுவாகச் சொன்னான்: "தயவுசெய்து என்னோடு இரு."

அன்று இரவு முடியும்வரை, வீட்டுக்கு முன்னால் இருக்கும் புல்வெளியில் அருகருகே உட்கார்ந்திருந்தார்கள். லாவில்லேடியூவைப் பற்றியும் காத்திருப்பில் கழிந்த மாதங்களைப் பற்றியும் கோரமான கடைசித் தினங்களைப் பற்றியும் ஹெலன் அவனிடம் சொல்லிக்கொண்டிருந்தாள்.

"நீங்கள் செத்துப் போயிருந்தீர்கள்" என்றாள்.

"இந்த உலகில் அழகான எதுவும் மிஞ்சியிருக்க வில்லை."

52

லாவில்லேடியூவைச் சுற்றிலுமுள்ள பொரிப்பகங் களில் முட்டைகளிலிருந்து வெளிவந்த புழுக்கள் மல்பெரிகளில் இலைச் சுருட்டையை உண்டாக்கு வதையும் பின்பு செத்து அழிவதையும் மக்கள் பார்த்தார்கள். பல்தாபியோ சிறிது முட்டைகளை வாங்கிச் சேகரித்திருந்தான். ஆனால் அந்த முட்டைப் புழுக்கள் வெளிச்சத்தைக் கண்ட நொடியில் இறந்தன. தப்பிப் பிழைத்த சில புழுக்களிலிருந்து திரட்டிய கச்சாப் பட்டு நூல் நகரத்திலுள்ள ஏழு ஆலைகளில் இரண்டில் மட்டுமே வேலை கொடுக்கப் போதுமானதாக இருந்தது.

"நீ ஏதாவது யோசனை வைத்திருக்கிறாயா?" பல்தாபியோ கேட்டான்.

"ஒரு யோசனை" என்று பதில் சொன்னான் ஹெர்வே ஜான்கர்.

தன்னுடைய வீட்டுப் பூங்காவின் வேலை களை அந்தக் கோடை மாதங்களில் செய்யப் போவதாக மறுநாளே தெரிவித்தான். நகரத்திலிருந்து டஜன் கணக்கில் ஆண்களையும் பெண்களையும் வேலைக்கு அமர்த்தினான். அவர்கள் மரக் குவியல் களை அப்புறப்படுத்தினார்கள்; அந்த இடத்திலிருந்த மண்மேட்டை பள்ளத்தாக்கை நோக்கிச் செல்லும் அழகிய சரிவாகத் தெரியும்படியாகச் சமப்படுத்தி னார்கள். மரங்களையும் புதர்களையும் பண்படுத்தி நேர்த்தியும் வெளிச்சமும் உள்ள குறுக்குப் பாதைகளை அமைத்தார்கள். எல்லா விதமான பூச்செடிகளையும் பூங்கா அமைக்கப் பயன்படுத்தினார்கள். ஆற்றி லிருந்து நீரை இறைத்தார்கள். நீரூற்றுகளை மற்ற நீரூற்றுகளை நோக்கித் திருப்பிவிட்டு மேற்கு எல்லையில் புல் படுகைகள் சூழ்ந்த சிறிய ஏரியில்

நீரைத் தேக்கினார்கள். தெற்குப் பக்கத்தில் எலுமிச்சை, ஆலிவ் மரங்களுக்கிடையில் உலோகத்தாலும் மரத்தாலுமான பிரம்மாண்டமான பறவைக் கூண்டை உருவாக்கினார்கள். அது அந்தரத்தில் தொங்கும் வேலைப்பாடாகக் காட்சியளித்தது.

நான்கு மாத வேலையாக இருந்தது அது. செப்டம்பர் கடைசியில் பூங்கா தயாரானது. லாவில்லேடியூவில் எவரும் அதைப் போன்ற ஒன்றை ஒருபோதும் பார்த்ததில்லை. ஹெர்வே ஜான்கர் தன்னுடைய மொத்த மூலதனத்தையும் அதில் கொட்டியிருந்ததாகச் சொன்னார்கள். அவன் ஜப்பானிலிருந்து வேறு ஆளாகத் திரும்பி வந்தான் என்றும் நோயாளியாகத் திரும்பினான் என்றும் அவர்கள் சொன்னார்கள். முட்டைகளை அவன் இத்தாலியர்களுக்கு விற்றுவிட்டான் என்றும் இப்போது அவனுடைய பொன்னான அதிருஷ்டம் பாரீஸ் வங்கிகளில் உட்கார்ந்திருப்பதாகவும் சொன்னார்கள். இந்தப் பூங்கா மட்டும் இல்லையென்றால் அந்த வருடம் பட்டினி கிடந்து செத்திருப்போம் என்றார்கள். அவனை மோசடிக்காரன் என்று சொன்னார்கள். அவன் ஒரு புனிதன் என்றும் சொன்னார்கள். சிலர் சொன்னார்கள்: அவனுக்குள் ஏதோ மகிழ்ச்சியின்மை இருக்கிறது.

53

கொலோன் நகரத்துக்கு அருகிலுள்ள எபெர்பெல்ட் என்ற இடத்தில் முட்டைகள் எல்லாம் பொரிந்தன என்று மட்டுமே ஹெர்வே ஜான்கர் தன்னுடைய பயணத்தைப் பற்றிச் சொல்லுவான்.

அவன் திரும்பி வந்து நான்கு மாதங்களும் பதின்மூன்று நாட்களும் கடந்த பின்னர் பூங்காவின் மேற்கு எல்லையிலிருக்கும் ஏரிக்கரையில் அவனுக்கு எதிரில் உட்கார்ந்து பல்தாபியோ சொன்னான்.

"என்ன ஆனாலும் இன்று அல்லது நாளை யாரிடமாவது நீ உண்மையைச் சொல்லித்தான் தீரவேண்டும்."

மெதுவாக, சற்று சிரமப்பட்டுத்தான் அவன் இதைச் சொன்னான். ஏனென்றால் அந்த உண்மையால் ஏதாவது நன்மை உண்டாகுமென்று அவன் நம்பவில்லை; ஒருபோதும் நம்பவில்லை.

ஹெர்வே ஜான்கர் பூங்காவை நோக்கிக் கண்களை உயர்த்தினான்.

அது சுற்றிலும் அரண்ட வெளிச்சம் விளையாடும் இலையுதிர் காலம்.

"முதல் முறையாக நான் ஹரா கீயைப் பார்த்த போது அடர்நிற அங்கியை அணிந்து, அறையின் மூலையில் கால்களை மடக்கி வைத்து அசையாமல் உட்கார்ந்திருந்தான். அவனுக்குப் பக்கத்தில் தலையை அவன் மடியில் வைத்து ஒரு பெண் படுத்திருந்தாள். அவளுடைய கண்களுக்குக் கீழ்த் திசைச சாயல் இல்லாமலிருந்தது. அவளுடைய முகம் ஒரு சின்னப் பெண்ணின் முகம்போல இருந்தது."

பல்தாபியோ மௌனமாக உட்கார்ந்து அவன் சொல்வதைக் கடைசிவரை, எபெர்பெல்டில் ரயில் நின்றதுவரை, கேட்டான்.

அவன் வேறு எதை பற்றியும் யோசிக்கவில்லை.

அவன் கவனித்துக்கொண்டிருந்தான்.

"நான் அவள் குரலைக்கூடக் கேட்கவில்லை" ஹெர்வே ஜான்கர் முடிவில் மிருதுவாக இப்படிச் சொன்னதைக் கேட்க அவனுக்கு வேதனையாக இருந்தது.

கொஞ்சம் பொறுத்து "அது ஒரு விசித்திர வேதனையாக இருக்கிறது" என்றான். மிருதுவாக.

"ஏதோ ஒன்றைத் தீவிரமாக விரும்பி அதற்காக உயிரை விடுவதை நீ ஒருபோதும் அனுபவித்ததில்லை."

பூங்காவினூடே அவர்கள் அருகருகாக நடந்தார்கள். பல்தாபியோ ஒன்றை மட்டும் சொன்னான்.

"எது இதை நாசமாகப் போகும் குளிராக ஆக்குகிறது?"

குறிப்பிட்ட தருணத்தில் அவன் சொன்னது இதைத்தான்.

54

1866 புத்தாண்டுத் தொடக்கத்தில் பட்டுப்புழு முட்டை ஏற்றுமதிக்கு விதித்திருந்த தடையை ஜப்பான் அதிகார பூர்வமாக விலக்கிக்கொண்டது.

அதைத் தொடர்ந்து வந்த பதிற்றாண்டில் பிரான்ஸ் மட்டுமே பத்தாயிரம் மில்லியன் ப்ராங்குகள் மதிப்புள்ள பட்டுப்புழு முட்டைகளை ஜப்பானிலிருந்து இறக்குமதி செய்தது.

*1869*இல் சூயஸ் கால்வாய் திறக்கப்பட்டதோடு இருபது நாட்களுக்கு மேல் பயணம் செய்யாமலேயே ஜப்பானை அடைய முடிந்தது. திரும்பி வர இருபதுக்கும் குறைவான நாட்கள் போதும்.

*1884*இல் சார்டோநெட் என்ற பிரெஞ்சுக் காரனால் செயற்கைப் பட்டுக்கான தனிக் காப்புரிமை எடுக்கப்பட்டிருந்தது.

55

லாவில்லேடியூவுக்குத் திரும்பி வந்த ஆறு மாதங்களுக்குப் பிறகு ஹெர்வே ஜான்கர் கடுகு நிற உறையொன்றைத் தபாலில் வரப் பெற்றான். அதைத் திறந்தபோது ஜியோமிதி எழுத்துகளில் நெருக்கி எழுதப்பட்ட ஏழு தாள்கள் இருப்பதைப் பார்த்தான். கறுப்பு மை. ஜப்பானிய சித்திர எழுத்துகள். உறையின்மீது எழுதப்பட்டிருந்த பெயரையும் முகவரியையும் தவிர வேறு எதுவும் மேற்கத்திய எழுத்து வடிவில் இல்லை. ஆஸ்டென்டிலிருந்து வந்த கடிதம் என்பதைத் தபால் தலைகள் தெரிவித்தன.

ஹெர்வே ஜான்கர் அதை விரல்களால் புரட்டியும் பரிசோதித்தும் நீண்ட நேரம் இருந்தான். சிறு பறவைகளின் காலடிச்சுவடுகளின் தொகுப்புப் போல இருந்தது அது. அற்புதமான கவனத்துடன் தொகுக்கப்பட்டதுபோல இருந்தது. இவை எல்லாம் அடையாளங்கள் என்று எண்ணிப் பார்ப்பது, அதாவது, தீயால் அழிக்கப்பட்ட குரலின் கங்குகள் இவை என்று எண்ணிப் பார்ப்பது ஆச்சரியமாக இருந்தது.

56

ஹெர்வே ஜான்கர் இரண்டாக மடித்த அந்தக் கடிதத்தை நாட்கணக்காகப் பையில் வைத்துக் கொண்டிருந்தான். உடைகளை மாற்றும்போது அதை எடுத்துப் புதிய உடைக்கு மாற்றிக்கொண்டான். பார்ப்பதற்காகக்கூட ஒருபோதும் அவன் அதைப் பிரிக்கவில்லை. தன்னுடைய நிலத்தில் வேலை செய்யும் விவசாயிகளிடம் பேசும்போதும் இரவு உணவுக்காக வராந்தாவில் உட்கார்ந்து காத்திருக்கும் போதும் அதை விரலால் தொட்டுப் பார்த்துக் கொள்வான். ஒரு சாயங்காலம் தன்னுடைய படிப்பறையில் உட்கார்ந்து விளக்கொளியில் அதைப் பரிசோதித்துக்கொண்டிருந்தான். அந்தப் பகிரங்கத்தில் அந்தப் பறவைக் காலடிகள் அடக்க மான குரலில் அவனுடன் பேசின. அவை பேசியவற்றுக்கு எந்த முக்கியத்துவமும் இல்லாம லிருந்தது; அல்லது வாழ்க்கையை அதன் திருகுகளி லிருந்து உயர்த்தும் எதுவும் அவற்றில் இல்லாம லிருந்தது. அதைத் தெரிந்துகொள்ள எந்த வழியும் இல்லை. எனினும் ஹெர்வே ஜான்கரைப் பொருத்தவரை அது திருப்திகரமானதாக இருந்தது. ஹெலன் வருவதைக் கேட்டான். கடிதத்தை மேஜைக்கடியில் ஒளித்தான். வழக்கமாக ஒவ்வொரு இரவும் தனது அறைக்குச் செல்லும் முன்னால் செய்வதைப் போல அவனை நெருங்கி முத்தமிடத் தயாரானாள். குனிந்தபோது அவளுடைய இரவு உடைப் பிளவில் மார்பகங்கள் தெரிந்ததையும் அவை அந்த இளம் பெண்ணின் மார்பகங்களைப் போலவே சிறியவையாகவும் வெண்மையாகவும் இருப்பதையும் ஹெர்வே ஜான்கர் கவனித்தான்.

திட்டமிட்டபடியான அன்றாடச் செயல்களில் எந்த மாற்றத்தையும் ஏற்படுத்தாமல் நான்கு நாட்கள் வாழ்க்கை நடத்தினான். ஐந்தாம் நாள் காலை நேர்த்தியான சாம்பல் நிற உடுப்பை அணிந்துகொண்டு நைம்ஸுக்குப் புறப்பட்டான். மாலைக்கு முன்பு வீடு திரும்பிவிடுவதாகச் சொன்னான்.

57

மஸ்கட் தெரு 12இல் எல்லாம் மூன்று ஆண்டு களுக்கு முன்பு இருந்தது போலவே இருந்தன. விருந்து இன்னும் முடிந்திருக்கவில்லை. எல்லாப் பெண்களும் இளமையானவர்களாகவும் பிரெஞ்சுக் காரிகளாகவும் இருந்தார்கள். பியானோக் கலைஞன் ரஷ்யச் சாயலுள்ள உருப்படிகளை வாசித்துக் கொண்டிருந்தான். மந்த நடையில் வாசித்துக் கொண்டிருந்தான். வயதாகிவிட்டதனாலாக இருக்கலாம், துக்கத்தைச் சரணடைந்ததனாலாக இருக்கலாம்; ஒவ்வொரு உருப்படியை இசைத்து முடித்ததும் வலது கையை அவனுடைய முடிகளுக்குள் செலுத்திக் கோதாமல் இருந்தான்; முணுமுணுக்காமலிருந்தான்.

"அபாரம்."

தன்னுடைய கைகளையே குழப்பத்துடன் பார்த்துக்கொண்டு அவன் அமைதியாக இருந்தான்.

58

திருமதி பிளான்ச்சி ஒரு வார்த்தைகூடப் பேசாமல் அவனை வரவேற்றாள். பளபளப்பான கருங்கூந்தல். கீழ்த் திசைச் சாயல், முழுமை. அவள் விரல்களிலிருந்த பல மோதிரங்களைப் போலச் சின்ன நீல மலர்கள். நீளமான ஏறத்தாழ ஒளிவு மறைவில்லாத வெள்ளை அங்கி. வெறும் கால்கள்.

ஹெர்வே ஜான்கர் அவளுக்கு எதிரில் உட்கார்ந்தான். சட்டைப் பையிலிருந்து அந்தக் கடிதத்தை எடுத்தான்.

"என்னை உங்களுக்கு ஞாபகமிருக்கிறதா?"

திருமதி பிளான்ச்சி மெல்லத் தலையைக் குலுக்கினாள்.

"மறுபடியும் உங்கள் உதவி எனக்குத் தேவை."

கடிதத்தை அவளிடம் கொடுத்தான். அப்படிச் செய்ய வேண்டியதில்லை எனினும் அவள் கடிதத்தைத் திறந்து பார்த்தாள். அந்த ஏழு பக்கங்களையும் ஒவ்வொன்றாகப் பார்த்துவிட்டு ஹெர்வே ஜான்கரை நோக்கிப் பார்வையை உயர்த்தினாள்.

"ஐயா, நான் இந்த மொழியைப் பொருட்படுத்துவதில்லை. அதை மறக்க விரும்புகிறேன். அந்த நாட்டை மறக்க விரும்புகிறேன். அங்கே வாழ்ந்த என் வாழ்க்கையை மறக்க விரும்புகிறேன். எல்லாவற்றையும் மறக்க விரும்புகிறேன்."

ஹெர்வே ஜான்கர் அசைவற்று உட்கார்ந்திருந்தான். அவனுடைய கைகள் நாற்காலியின் பிடியை இறுகப் பற்றிக்கொண்டிருந்தன.

"உங்களுக்காக இந்தக் கடிதத்தை வாசிக்கிறேன். அதைச் செய்கிறேன். எனக்குப் பணம் வேண்டாம். ஆனால் நீங்கள் ஓர் உறுதிமொழி தரவேண்டும். இனி இதுபோன்ற வேண்டுகோளுடன் ஒருபோதும் என்னிடம் வரக் கூடாது."

"நான் உங்களுக்கு உறுதியளிக்கிறேன்."

அவள் அவனுடைய கண்களுக்குள் பார்த்தாள். பிறகு வைக்கோல் தாளில் கறுப்பு மையால் எழுதிய கடிதத்தின் முதல் பக்கத்தைப் பார்த்தாள்.

என் அதிபரே, என் அன்பரே,

அவள் சொன்னாள்.

பயப்படாதீர்கள். அசையாதீர்கள். மௌனமாக இருங்கள். நம்மை யாரும் பார்ப்பதில்லை.

59

அப்படியே இருங்கள், நான் உங்களைப் பார்க்க விரும்புகிறேன். நான் எத்தனையோ முறை உங்களைப் பார்த்திருக்கிறேன் ஆனால் நீங்கள் என்னுடையவரல்ல. ஆனால் இப்போது நீங்கள் என்னுடையவர். பக்கத்தில் வராதீர்கள். தயவுசெய்து இருக்கும் இடத்திலேயே இருங்கள். நமக்காக ஒரு முழு இரவு இருக்கிறது. நான் உங்களைப் பார்க்க வேண்டும். இப்படி நான் உங்களைப் பார்த்ததில்லை. உங்கள் உடம்பு எனக்குரியது. சருமம் எனக்குரியது. கண்களை மூடுங்கள். தயவுசெய்து உங்களையே வருடுங்கள்.

திருமதி பிளான்ச்சி வாசித்தாள். ஹெர்வே ஜான்கர் கவனித்தான்.

முடியுமென்றால் கண்களைத் திறக்காமல் உடம்பை வருடுங்கள். உங்கள் கைகள் அவ்வளவு அழகானவை. நான் இடையிடையே அவற்றைக் கனவு காண்பதுண்டு. இப்போது எனக்கு அவற்றைப் பார்க்க வேண்டும். உங்கள் உடம்போடு சேர்த்து அவற்றை நான் பார்க்க வேண்டும். இதைப்போலவே, தயவுசெய்து அப்படியே தொடருங்கள். நீங்கள் கண்களைத் திறக்க வேண்டாம். நான் இங்கேதான் இருக்கிறேன். யாரும் நம்மைப் பார்க்க முடியாது. நான் உங்கள் பக்கத்திலேயே இருக்கிறேன். நீங்களாகவே வருடுங்கள். என் அதிபரே, என் அன்பரே, மெதுவாக உங்கள் உறுப்பை வருடுங்கள்.

அவள் வாசிப்பை நிறுத்தினாள். தயவுசெய்து தொடருங்கள் என்றான் அவன்.

உங்கள் கை, உங்கள் உறுப்பின்மேல் இருப்பது அழகு. நிறுத்தாதீர்கள். நான் அதைப் பார்க்க விரும்புகிறேன். உங்களைப் பார்க்க விரும்புகிறேன்.

பட்டு

என் அதிபரே, என் அன்பரே, கண்களைத் திறக்காதீர்கள். இன்னும் இல்லை. பயப்படாதீர்கள், நான் பக்கத்தில் இல்லையா? என்னை உங்களால் உணர முடிகிறதா? நான் இங்கேதான் இருக்கிறேன். தொட்டும் தொடாமலும். இது பட்டு, உங்களால் இதை உணர முடிகிறதா? இது என் பட்டாடை. கண்களைத் திறக்காமலிருந்தால் என் சருமம் உங்களுக்குக் கிடைக்கும்.

அவள் சொன்னாள். அவள் மெதுவாக ஒரு சிறுமியின் குரலில் அதை வாசித்துக்கொண்டிருந்தாள்.

இதோ என் உதடுகள். உங்களை நான் முதன்முதலாக என் உதடுகளால்தான் ஸ்பரிசிக்கிறேன். அது எங்கே என்று உங்களுக்குத் தெரியாது. உங்கள் மீது பதிந்திருக்கும் என் உதடுகளின் வெதுவெதுப்பை ஏதேனும் பகுதியில் நீங்கள் உணர்வீர்கள், கண்களைத் திறக்கவில்லையென்றால் அது எங்கே என்று உங்களுக்குத் தெரியாது. அவற்றைத் திறக்காதீர்கள். எங்கே என்று உங்களுக்கே தெரியாத இடத்தில் என் உதடுகளின் ஸ்பரிசத்தைச் சட்டென்று உணர்வீர்கள்.

அவன் அசையாமல் கேட்டுக்கொண்டிருந்தான். அவனுடைய சாம்பல் நிற உடுப்பின் மேல் பைக்குள்ளேயிருந்து தூய வெள்ளைக் கைக்குட்டை துருத்தித் தெரிந்தது.

ஒருவேளை அது உங்கள் கண்களின் மீதாக இருக்கலாம். நான் என் வாயை உங்களுடைய மூடிய கண்கள் மேலும் புருவங்கள் மேலும் ஒற்றலாம். அந்த இளஞ்சூடு தலைக்குள் ஏறுவதை நீங்கள் உணரலாம். என் உதடுகள் உங்கள் கண்களின் மீதோ கண்களுக்குள்ளோ இருக்கலாம். ஒருவேளை உங்கள் உறுப்பின் மேல் இருக்கலாம். நான் என் உதடுகளை அங்கே அழுத்துவேன். கீழே இறங்க இறங்க நான் உதடுகளை மெல்ல மெல்ல விரிப்பேன்.

கடிதத்தின்மீது தலை கவிழ்ந்திருக்க ஒரு கையால் கழுத்தை வருடியபடி மெதுவாக அவள் வாசித்தாள்.

என் உதடுகளை உங்கள் உறுப்பிலிருந்து விடுவிப்பேன். என் உதடுகளுக்கிடையில் ஊடுருவிக்கொண்டிருக்கும் உங்கள் உறுப்பு என் நாக்கில் அழுந்தியிருக்கும்போது என்னுடைய எச்சில் உங்கள் சருமத்தில் ஓடி கையில் இறங்கும். என்னுடைய முத்தம் உங்கள் கைமீது. ஒன்று உள்ளே இன்னொன்று உங்கள் உறுப்பின்மேல்.

சுவரில் படமில்லாமல் தொங்கவிடப்பட்டிருந்த வெள்ளிச் சட்டத்தின் மேல் கண்களைப் பதித்துக் கேட்டுக் கொண்டிருந்தான் அவன்.

கடைசிவரைக்கும் நான் உங்கள் இதயத்தில் முத்தமிடுவேன், ஏனென்றால் எனக்கு நீங்கள் வேண்டும். உங்கள் இதயம் துடிக்கும் இடத்தின் சருமத்தை நான் கடிப்பேன். ஏனென்றால் எனக்கு நீங்கள் வேண்டும். உங்களுடைய இதயம் என்னுடைய உதடுகளுக்கிடையிலிருக்கும்போது நீங்கள் என்னுடையவர் ஆகிறீர்கள். உண்மையில் என் வாய் உங்கள் இதயத்துடன் இருக்கும்போது நீங்கள் என்றென்றைக்கும் என்னுடையவர் ஆகிறீர்கள். என்னை நீங்கள் நம்பவில்லையென்றால் கண்களைத் திறந்து பாருங்கள். என் அதிபரே, என் அன்பரே, என்னைப் பாருங்கள். இதுதான் நான். இப்போது நிகழ்ந்துகொண்டிருக்கும் இந்தக் கணத்தை யாரால் எப்போது அழிக்க முடியும்? எனது இந்த உடல் இனிமேலும் பட்டாடை இல்லாதது. உங்கள் கைகள் அதைத் தொட்டுக்கொண்டிருக்கின்றன. உங்கள் கண்கள் அதைப் பார்த்துக்கொண்டிருக்கின்றன.

அவள் வாசித்தாள். விளக்கை நோக்கிக் குனிந்தபோது தாள்களில் விழுந்த வெளிச்சம் அவளுடைய உடையின் மறைவின்மையிலும் ஊடுருவியது.

உங்களுடைய விரல்கள் என்னுடைய பிளவின்மேல்; உங்களுடைய நாக்கு என் உதடுகளின்மேல்; என்னுடைய இடுப்பைப் பிடித்து உயர்த்தியபடி நீங்கள் எனக்குக் கீழே இழைகிறீர்கள்; உங்கள் உறுப்பின்மேல் என்னை மெதுவாக இழையச் செய்கிறீர்கள். இதை அழிக்க யாரால் முடியும்? எனக்குள்ளே நீங்கள் மெதுவாக நகர்ந்துகொண்டிருக்கிறீர்கள். உங்கள் கைகள் என் முகத்தின் மேல். உங்களுடைய விரல்கள் என் வாய்மேல். உங்கள் கண்களில், குரலில் களிப்பு. நீங்கள் எனக்கு வலியேற்படுத்திக்கொண்டு மெதுவாக முயங்குகிறீர்கள். என்னுடைய களிப்பு; என்னுடைய குரல்.

அவன் கேட்டுக்கொண்டிருந்தான். ஒரு குறிப்பிட்ட இடத்தில் அவளைப் பார்க்கத் திரும்பினான்; பார்த்தான்; பார்வையைத் தவிர்க்க விரும்பியும் அவனால் முடியாமற்போனது.

என் உடம்பு உங்கள் உடம்பின்மேல். உங்கள் முதுகு என்னைச் சுமந்துகொண்டிருக்கிறது. உங்கள் கைகள் என்னை விலகிப் போக விடுவதில்லை. எனக்குள்ளே நுழையும் அழுத்தங்கள். அது ஒரு இனிய வன்முறை. உங்கள் கண்கள் என் கண்களைத் தேடுவதைப் பார்க்கிறேன். என்னை எவ்வளவு தூரம் வேதனைப்படுத்தலாம் என்று அவை தெரிந்துகொள்ள விரும்புகின்றன. என் அதிபரே, என் அன்பரே, உங்களுக்கு எவ்வளவு விருப்பமோ அதுவரை. அதற்கு முடிவு இல்லை. அது முடிவடையாது. நீங்கள்தான்

பார்க்கிறீர்களே? இப்போது நிகழ்ந்துகொண்டிருக்கும் இந்தக் கணத்தை யாராலும் அழிக்க முடியாது. நீங்கள் உங்கள் தலையைப் பின்னுக்குத் தள்ளி அலறுகிறீர்கள். நான் என் கண்களை மூடி எனது இமைகளிலிருந்து கண்ணீர்த் துளிகளை உதறச் செய்கிறேன். எனது குரல் உங்களுக்குள். என்னை இறுக அணைத்துக் கொண்டிருப்பதில் உங்கள் வன்முறை. தப்புவதற்கான நேரமோ எதிர்ப்பதற்கான வலுவோ இல்லை. இதுதான் இந்தக் கணம்; இந்தக் கணம் இப்படித்தான். என்னை நம்புங்கள் என் அதிபரே, என் அன்பரே, இன்று முதல் இறுதிவரை இந்தக் கணம் இப்படித்தான் தொடரும்.

சன்னக் குரலில் வாசித்து நிறுத்தினாள்.

அவள் கையில் வைத்திருந்த பக்கத்தில் அதற்கு மேலும் சித்திர எழுத்துகள் இல்லை. கடைசிப் பக்கம். ஆனால் அவள் அதைத் திருப்பி ஓரமாக வைத்தபோது பின்பக்கத்தில் மேலும் சில வரிகளிருப்பதைக் கவனித்தாள். வெள்ளைப் பக்கத்தின் நடுவில் கறுப்பு மையால் நேர்த்தியாக நிரல்படுத்தப்பட்ட வரிகள். அவள் ஹெர்வே ஜான்கரை ஏறிட்டுப் பார்த்தாள். அவன் கண்களும் அவள் கண்களில் பதிந்தன. அவை மிக அழகான கண்கள் என்பதை அவள் உணர்ந்தாள். மறுபடியும் கண்களை அந்தப் பக்கத்தின்மீது தாழ்த்தினாள்.

என் அதிபரே, நாம் மறுபடியும் ஒருவரையொருவர் சந்திக்க மாட்டோம்.

அவள் வாசித்தாள்.

நம் இருவருக்குமானது என்னவோ அதையே நாம் செய்தோம், உங்களுக்குத் தெரியுமே. என்னை நம்புங்கள். என்றென்றைக்கு மாகத் தான் அதைச் செய்தோம். என்னால் எட்ட முடியாதபடி உங்கள் வாழ்க்கையைப் பாதுகாத்துக்கொள்ளுங்கள். இப்போது உங்களுக்கு வருத்தமேயில்லாமல் விடையளிக்கும் இந்தப் பெண்ணை மறந்துவிட ஒரு நொடிகூட நீங்கள் தயங்க வேண்டாம். அதுதான் உங்களுடைய மகிழ்ச்சிக்குப் பயன் தருவது.

சற்று நேரம் அவள் அந்தப் பக்கத்தையே பார்த்துக் கொண்டிருந்த பின்பு மென் நிற மரத்தால் செய்த மேஜைமீது மற்ற எல்லாவற்றுக்கும் மேலாக அதை வைத்தாள். ஹெர்வே ஜான்கர் அசையவில்லை. தலையை மட்டும் திருப்பிக் கண்களைத் தாழ்த்தினான். தொடையிலிருந்து முழங்கால்வரை பார்வைக்குப் பொருத்தமாகவே தென்பட்ட டிரவுசரின் வலதுகால் மடிப்பையே தான் அமைதி குலையாமல் பாத்துக்கொண்டிருப்பதை அவனாகவே உணர்ந்தான்.

திருமதி பிளான்ச்சி எழுந்து விளக்கை நோக்கிக் குனிந்து அதை அணைத்தாள். வரவேற்புக் கூடத்திலிருந்து ஜன்னல் வழியாக வந்து சேர்ந்த குறை வெளிச்சத்தில் அந்த அறை இருந்தது. அவள் ஹெர்வே ஜான்கரை நெருங்கி விரலிலிருந்து நீலப் பூக்களால் செய்த மோதிரத்தைக் கழற்றி அவன் அருகில் வைத்தாள். பிறகு அந்த அறையைக் கடந்து சென்று சுவரில் மறைவாக இருந்த வர்ணம் பூசிய சின்னக் கதவைத் திறந்து அருவருப்பு ஏற்படுத்தும் ஒலியை விட்டுவிட்டு மறைந்தாள்.

ஹெர்வே ஜான்கர் அந்த விநோத ஒளியில் சின்ன நீலநிறப் பூக்களால் ஆன மோதிரத்தை மீண்டும் மீண்டும் விரல்களில் சுழற்றிக்கொண்டே நீண்ட நேரம் நின்றிருந்தான். வரவேற்புக் கூடத்திலிருந்து வந்த அலுப்பூட்டும் 'பியானோ ஸ்வரங்கள்' அவை காலத்தைக் கரைத்தன. அதனால் நீங்கள் அதை இனிமேல் அரிதாகவே இனங்காண முடியும்.

கடைசியாக அவன் எழுந்து மென்நிற மரத்தால் செய்த மேஜையை நெருங்கி அந்த ஏழு தாள்களையும் சேகரித்தான். அறையைக் கடந்து பாதி திறந்திருந்த சின்னக் கதவைத் தாண்டித் திரும்பிப் பார்க்காமல் நடந்து வெளியேறினான்.

60

அதற்குப் பிந்தைய ஆண்டுகளில் ஹெர்வே ஜான்கர் எந்த ஆசையும் இல்லாத ஒருவனுக்குப் பொருந்தும் விதமாக மிக எளிய நடைமுறைகளைப் பின்பற்றி வாழ்ந்தான். அளந்து வைத்த உணர்வுகளின் ஆட்சி யில் நாட்களைக் கழித்தான். லாவில்லேடியூவில் மீண்டும் ஒருமுறை அவன் மரியாதைக்குரியவன் ஆனான். இந்த உலகத்தில் வாழ்வதன் சிறந்த உதாரணமாக மக்கள் அவனை அடையாளம் காண்பதாகத் தோன்றியது. ஜப்பானுக்குச் செல்லும் முன்பே இளைஞனாகவும் அவன் இப்படித்தான் இருந்தான் என்றும் சொன்னார்கள்.

ஒவ்வொரு ஆண்டும் ஹெலனுடன் சிறு பயணங்களை மேற்கொள்ளும் பழக்கத்தை அவன் பின்பற்றினான். அவர்கள் நேப்பிள்ஸ், ரோம், மாட்ரிட், மியூனிச், லண்டன் ஆகிய இடங்களைப் பார்த்தார்கள். ஓர் ஆண்டு அவர்கள் ப்ராக் வரை சென்றார்கள். அங்கே எல்லாம் நாடகத்தனமாகத் தோன்றின. தேதிகளையோ நிகழ்ச்சி நிரல்களையோ பொருட்படுத்தாமல் பயணம் செய்தார்கள். எல்லா வற்றிலும் ஆச்சரியமடைந்தார்கள். அவர்களுடைய அந்தரங்கமான மகிழ்ச்சியிலும் ஆச்சரியம் கண்டார்கள். மௌனத்தின் அழைப்புக் கேட்பதை உணர்ந்ததும்தான் லாவில்லேடியூவுக்குத் திரும்புவார்கள்.

கேட்டிருந்தால், தாங்கள் என்றென்றைக்கும் இதே போலத்தான் வாழ்க்கையைத் தொடர்ந்து கொண்டிருப்போம் என்று ஹெர்வே ஜான்கர் பதில் சொல்லியிருப்பான். தங்களுக்குள்ளேயே அமைதி காண்பவர்களுக்குரிய குலைக்க முடியாத அமைதி அவனிடம் இருந்தது. இடையிடையே காற்று வீசும் நாட்களில் பூங்காவைக் கடந்து ஏரிவரைக்கும் சென்று நீரின் மேற்பரப்பில் புரளும் சிற்றலைகள்

அலெசான்ட்ரோ பாரிக்கோ

எல்லாத் திசைகளிலும் ஏற்படுத்தும் தீர்மானிக்க முடியாத வகைகளின் பிரதிபலிப்புகளைப் பார்த்துக்கொண்டு மணிக்கணக்காகக் கரையில் நின்றிருப்பான். காற்று ஒன்றே ஒன்று தான். ஆனாலும் கண்ணாடி போன்ற அந்த மேற்பரப்பின் மேல் ஆயிரக்கணக்கான காற்றுகள் வீசிக்கொண்டிருப்பதாகத் தோன்றும். எங்கிருந்து பார்த்தாலும். ஒரே காட்சி. எளிமையானது ஆனால் தேடியடைய முடியாதது.

இடையிடையே காற்று வீசும் நாட்களில் ஹெர்வே ஜான்கர் ஏரிக்கரையில் இறங்குவான். அதையே கவனத்தில் இருத்திப் பல மணி நேரங்களைச் செலவழிப்பான். ஏனென்றால் அந்த நீர்ப்பரப்பின் மேல் தனது வாழ்க்கையின் வர்ணிக்க முடியாத காட்சி அதன் எல்லா எளிமையுடனும் வரையப்பட்டிருப்பதைக் கண்டுணர்வதாக அவனுக்குத் தோன்றியது.

61

1871 ஜூன் 16 அன்று வெர்தன் கபேயின் பின்புறத்தில், நண்பகலுக்குச் சற்று முன்பாக ஊனமுற்ற வீரன் எந்தச் சிரமும் இல்லாமல் நான்கு புள்ளிகள் எடுத்து நிலவரத்தைச் சமநிலைக்குக் கொண்டுவந்திருந்தான். பல்தாபியோ, ஒரு கையை முதுகுக்குப் பின்னால் மடித்து வைத்தும் மறு கையால் பில்லியர்ட்ஸ் கோலைப் பற்றிக்கொண்டும் அவ நம்பிக்கையுடன் மேஜைமேல் குனிந்து நின்றான்.

"இது விநோதம்."

அவன் நிமிர்ந்து நின்று பில்லியர்ட்ஸ் கோலைத் தள்ளி வைத்துவிட்டு எதுவும் சொல்லாமல் விடை பெற்றுக்கொள்ளாமல் வெளியேறினான். மூன்று நாட்களுக்குப் பிறகு ஊரைவிட்டே போனான். தன்னுடைய இரண்டு ஆலைகளையும் ஹெர்வே ஜான்கருக்கு அன்பளிப்பாகக் கொடுத்திருந்தான்.

"பட்டுடன் இனி எனக்கு எதுவும் வேண்டாம், பல்தாபியோ."

"கழுதையே, அதை விற்றுவிடு."

அவன் எங்கே போக விரும்புகிறான் என்பதை அவனிடமிருந்து கிரகித்து எடுப்பதில் யாரும் வெற்றி பெறவில்லை. அங்கே போய்ச் சேர்ந்தால் என்ன செய்வான்? புனித ஆக்னஸைத் தொடர்புபடுத்தி அவன் சொன்ன சிலதும் யாருக்கும் புரியவில்லை.

புறப்பட்டுச் செல்லும் நாள் காலையில் ஹெர்வே ஜான்கர் ஹெலனையும் அழைத்துக் கொண்டு அவிக்னான் ரயில் நிலையம்வரை அவனுடன் போனான். அவனிடம் இருந்தது ஒரே ஒரு பெட்டி மட்டுமே. அதுவேகூட விவரித்துச் சொல்ல முடியாத சங்கதியாக இருந்தது. நடைமேடையில்

ரயில் காத்து நின்றிருப்பதைப் பார்த்ததும் பெட்டியைத் தரையில் வைத்தான்.

"தனக்காக மட்டுமே இருப்புப் பாதை அமைத்துக் கொண்ட ஒருவனை ஒருகாலத்தில் எனக்குத் தெரிந்திருந்தது."

அவன் சொன்னான்.

"என்னவென்று உங்களுக்குத் தெரியுமா? ஒரு அம்பு போலச் சின்ன வளைவுகூட இல்லாமல் நூற்றுக்கணக்கான கிலோ மீட்டர் நீளத்துக்கு அதைப் போட்டான். அதற்குக் காரணம் இருந்தது. ஆனால் அது என்னவென்று எனக்கு நினைவில்லை. காரணங்கள் மறந்துவிடுகின்றன. எதுவானாலும்... போய் வருகிறேன்."

அவன் தீவிரமான விவாதங்களுக்கான நபரல்ல. எனவே அவன் விடைபெறுவதே ஒரு தீவிரமான செயல்.

அவன் விலகிச் செல்வதை, அவனும் அவனுடைய பெட்டியும் என்றென்றைக்குமாக விலகிச் செல்வதை அவர்கள் பார்த்தார்கள்.

அப்போது ஹெலன் விநோதமாக நடந்துகொண்டாள். ஹெர்வே ஜான்கரிடமிருந்து தன்னை விடுவித்துக்கொண்டு பல்தாபியோவை நோக்கி ஓடி நெருங்கியதும் அவனை இறுகக் கட்டியணைத்துக்கொண்டு வெடித்து அழுதாள்.

ஹெலன் ஒருபோதும் அழுததே இல்லை.

கடந்த இருபது வருடங்களாக எல்லா சனிக்கிழமை மாலைகளிலும் பல்தாபியோவுடன் டோமினோஸ் விளையாடி, எந்தக் குறையும் இல்லாமலிருந்தும்கூட நிரந்தரமாக அவனிடம் தோல்வியடைந்துகொண்டிருந்த குண்டு ஆசாமி மைக்கேல் லாரியட்டுக்கு இரண்டு ஆலைகளையும் துச்சமான விலைக்கு ஹெர்வே ஜான்கர் விற்றான். அவனுக்கு மூன்று பெண் மக்கள் இருந்தார்கள். மூத்த இருவரும் ஃப்ளாரன்ஸ் என்றும் சில்வி என்றும் அழைக்கப்பட்டார்கள். மூன்றாமவள் ஆக்னஸ்.

62

மூன்று வருடங்களுக்குப் பிறகு 1874இல் குளிர் காலத்தில் எந்த மருத்துவராலும் கண்டுபிடிக்கவோ சிகிச்சை அளிக்கவோ முடியாத மூளைக் காய்ச்சலால் பாதிக்கப்பட்டு ஹெலன் இறந்தாள். மார்ச் மாதத் தொடக்கத்தில் மழை பெய்துகொண்டிருந்த ஒரு நாளில் அவள் மரணமடைந்தாள்.

மொத்த லாவில்லேடியூவும் அவளுக்குத் துணையாகக் கல்லறைக்குச் செல்லும் நிழற்சாலை யில் திரண்டது. அவள் இனிய நகைச்சுவை உணர்வு நிரம்பிய பெண்ணாக இருந்தாள். யாருக்கும் துக்கம் ஏற்படுத்தாதவளாக இருந்தாள்.

அவளுடைய கல்லறைக் கல்லில் ஹெர்வே ஜான்கர் ஒரே ஒரு வாசகத்தை மட்டுமே பொறித்தான்.

"ஹெலன்."

அவன் எல்லாருக்கும் நன்றி தெரிவித்தான். அவ்வப்போது எதுவும் தேவைப்படவில்லை என்று சொல்லிக் கொண்டே வீட்டுக்குப் போனான். அந்த வீடு அவ்வளவு பெரியதாக அவனுக்கு எப்போதும் தோன்றியதில்லை. அவனுடைய விதி அவ்வளவு தர்க்கமற்றதாக எப்போதும் தோன்றியதில்லை.

ஏமாற்றம் அபரிமிதமானதாக இருந்தாலும் அதில், அவன் பங்கு இல்லை என்ற காரணத்தால்

வாழ்க்கையில் எஞ்சியிருந்தவற்றில் கவனம் செலுத்தினான். புயலுக்குப் பிந்தைய காலையில் அசைக்க முடியாத பிடிவாதத்துடன் வேலைக்குத் திரும்பும் தோட்டக்காரனைப் போல மீண்டும் ஒருமுறை வாழ்க்கைக்கு அதற்குரிய கவனத்தைக் கொடுக்க ஆரம்பித்தான்.

63

ஹெலனின் மரணத்துக்கு இரண்டு மாதம் பதினோரு நாட்களுக்குப் பின்னர் ஹெர்வே ஜான்கர் கல்லறைக்குப் போக நேர்ந்தது. ஒவ்வொரு வாரமும் தனது மனைவியின் சமாதி மேல் அவன் வைத்திருந்த ரோஜாப் பூக்களுக்கு அருகில் சிறிய நீல நிறப்பூக்களால் ஆன மாலையையும் பார்த்தான். அவன் அதைப் பார்ப்பதற்காகக் குனிந்து யுகம் யுகமாக அதே நிலையில் இருந்தான். அது முற்றிலும் அசட்டுத்தனமல்ல என்றாலும் விசித்திரம் என்று தூரத்திலிருந்து பார்க்கும் சாதாரணப் பார்வையாளனுக்குத் தோன்றாமல் இருக்காது. வீடு திரும்பியதும் அவன் வழக்கமான வேலைக்காகப் பூங்காவுக்குப் போகவில்லை. பதிலுக்கு தனது படிப்பறையில் யோசித்தபடியே உட்கார்ந்திருந்தான். நாட்கணக்காக அவன் வேறு எதுவும் செய்யவில்லை. யோசித்துக்கொண்டிருந்தான்.

64

12, மஸ்கட் தெருவில் அவன் ஒரு தையல் கடையைத் தான் பார்த்தான். சில வருடங்களாக திருமதி பிளான்ச்சி அங்கே குடியிருக்கவில்லை என்று அவனிடம் சொல்லப்பட்டது. அவள் பாரீசுக்குப் போய்விட்டாள் என்பதைக் கண்டுபிடிப்பதில் அவன் வெற்றிபெற்றான். அவள் அங்கே மிக முக்கியப் பிரமுகர் ஒருவரின் – ஒருவேளை அரசியல்வாதியாக இருக்கலாம் – வைப்பாட்டி ஆகியிருந்தாள்.

ஹெர்வே ஜான்கர் பாரீஸுக்குப் போனான்.

அவள் எங்கே வசிக்கிறாள் என்பதைக் கண்டு பிடிக்க அவனுக்கு ஆறு நாட்கள் ஆயின. சந்திப்பதற்கு நேரம் கேட்டு ஒரு குறிப்பைக் கொடுத்தனுப்பினான். மறுநாள் மாலை நான்கு மணிக்கு அவனை எதிர்பார்ப்பதாகப் பதில் சொல்லி அனுப்பினாள். சரியான நேரத்தில் கபூசினே பெருஞ்சாலையிலிருந்த நாகரிகமான கட்டடத்தின் இரண்டாம் தளத்துக்குச் செல்லும் படிகளில் ஏறினான். பணிப்பெண் ஒருத்தி அவனுக்குக் கதவைத் திறந்துவிட்டாள். வரவேற்பறைக்கு அழைத்துச் சென்று உட்காரச் சொன்னாள். திருமதி பிளான்ச்சி மிகவும் பகட்டான மிகவும் பிரெஞ்சுத்தனமான உடையில் வந்தாள். பாரிஸ் நாகரிகம் கட்டாயப்படுத்தியிருக்கும் விதமாகக் கூந்தல் தோளில் விழுந்திருந்தது. அவளுடைய விரல்களில் சிறிய நீலநிறப் பூக்களால் செய்த மோதிரம் எதையும் அணிந்திருக்கவில்லை. ஒரு வார்த்தை கூடப் பேசாமல் அவள் ஹெர்வே ஜான்கர் முன்னால் உட்கார்ந்தாள். காத்திருந்தாள்.

அவன் அவளுடைய கண்களுக்குள் பார்த்தான். ஆனால் ஒரு குழந்தை பார்ப்பதுபோலத்தான் பார்த்தான்.

“அந்தக் கடிதத்தை எழுதியது நீங்கள்தான், இல்லையா?”

அவன் கேட்டான்.

திருமதி பிளான்ச்சி அசையாமல் உட்கார்ந்திருந்தாள். கண்களையும் தாழ்த்தவில்லை. சின்ன ஆச்சரியத்தின் சாயலைக் கூட வெளிப்படுத்தவில்லை.

பிறகு அவள் சொன்னது இதுதான்.

“அதை எழுதியது நானல்ல.”

அமைதி.

“அந்தக் கடிதத்தை எழுதியது ஹெலன்.”

அமைதி.

“அவள் என்னிடம் வருவதற்கு முன்பே அந்தக் கடிதத்தை எழுதி முடித்திருந்தாள். அதை ஜப்பானிய மொழியில் நகல் எடுக்கும்படி என்னிடம் கேட்டுக்கொண்டாள். நானும் அப்படியே செய்தேன். அதுதான் உண்மை.”

அந்தக் கணத்தில் ஹெர்வே ஜான்கர், இனி மிஞ்சியிருக்கும் தன்னுடைய வாழ்நாள் முழுவதும் அந்த வார்த்தைகளையே கேட்டுக்கொண்டிருக்கப் போகிறோம் என்பதைப் புரிந்து கொண்டான். அவன் எழுந்தான். ஆனால் எங்கே போக வேண்டும் என்பதைத் திடீரென்று மறந்ததுபோல நின்றுகொண்டிருந்தான். தொலைவிலிருந்து வருவதைப் போல திருமதி பிளான்ச்சியின் குரல் அவனை அடைந்தது.

“அந்தக் கடிதத்தை, என்னிடம் வாசித்துக் கேட்கச் செய்ய அவள் ஆசைப்பட்டாள். அவளுக்கு மிக இனிமையான குரல். உணர்ச்சிபூர்வமாக அவள் அந்தச் சொற்களை வாசித்ததை என்னால் ஒருபோதும் மறக்க முடியாது. அதெல்லாம் அவளுக்கு மட்டுமே சொந்தமான வார்த்தைகள் என்பதைப் போல.”

ஹெர்வே ஜான்கர் மிக மெதுவாக அந்த அறையைக் கடந்தான்.

“ஐயா, இந்த உலகத்தில் எதைவிடவும் அவள் ஆசைப்பட்டது அந்தப் பெண்ணாக ஆவதற்குத்தான் என்று நான் நம்புகிறேன். உங்களால் புரிந்துகொள்ள முடியாது. ஆனால் அவள் அந்தக் கடிதத்தை வாசிப்பதை நான் கேட்டிருக்கிறேன். எனக்குப் புரியும்.”

ஹெர்வே ஜான்கர் வாசலை நெருங்கியிருந்தான். கதவின் கைப் பிடியைப் பிடித்து நின்றான். திரும்பிப் பார்க்காமல் மெல்லச் சொன்னான்.

"போய் வருகிறேன், அம்மணி."

மீண்டும் அவர்கள் ஒருபோதும் பார்த்துக்கொள்ளவில்லை.

65

ஹெர்வே ஜான்கர் மேலும் இருபத்து மூன்று ஆண்டுகள், பெரும்பாலும் அமைதியும் ஆரோக்கியமும் அடையாளப்படுத்திய ஆண்டுகள், வாழ்ந்தான். மீண்டும் ஒருபோதும் அவன் லாவில்லேடியூவை விட்டுச் செல்லவில்லை. வீட்டை விட்டுக்கூட நகரவில்லை. அவனுடைய எஸ்டேட்டை சாமர்த்தியமாக நிர்வாகம் செய்தான். அதனாலேயே தன்னுடைய பூங்காவைப் பேணிக் காப்பதைத் தவிர வேறு எந்த வேலையையும் ஏற்றுக்கொள்ளவில்லை. இத்தனை காலம் தனக்குத் தானே மறுத்துக்கொண்டிருந்த மகிழ்ச்சியை சமயங்களில் அனுமதிக்கத் தொடங்கினான். தன்னைச் சந்திக்க வருபவர்களிடம் அவனுடைய பயணங்களைப் பற்றிப் பேசுவான். அவன் பேச்சைக் கேட்பதன் வழியாக லாவில்லேடியூ நகரவாசிகள் உலகத்தைக் கண்டுபிடித்தார்கள். விந்தை என்றால் என்னவென்று குழந்தைகளும் கற்றுக்கொண்டார்கள். அந்தரத்தில் மற்றவர்களால் பார்க்க முடியாததைப் பார்த்துக்கொண்டு அவன் தன்னுடைய கதைகளை மெதுவாகச் சொல்வான்.

ஞாயிற்றுக் கிழமைகளில் பிரதான திருப்பலி பூசையில் பங்கெடுப்பதற்காக நகரத்துக்குப் போவான். வருடத்துக்கு ஒருமுறை அப்போது தான் பிறந்த பட்டுப் புழுக்களைத் தொட்டுப் பார்ப்பதற்காக ஆலைகளைச் சுற்றி வருவான். தனிமை அவனை ஆக்கிரமிக்கும்போது கல்லறைக்குப் போய் ஹெலனுடன் பேசுவான். சோகத்தைத் தள்ளிவைப்பதில் வெற்றி கண்ட சில பழக்கங்கள் அவனுடைய எஞ்சிய பொழுதைக்

கைப்பற்றியிருந்தன. இடையிடையே காற்று வீசும் நாட்களில் ஹெர்வே ஜான்கர் ஏரிக்குள் இறங்குவான். அதையே கவனத்தில் இருத்திப் பல மணி நேரங்களைச் செலவழிப்பான். ஏனென்றால் அந்த நீர்ப்பரப்பின் மேல் தனது வாழ்க்கையின் வர்ணிக்க முடியாத காட்சி அதன் எல்லா எளிமையுடனும் வரையப்பட்டிருப்பதைக் கண்டுணர்வதாக அவனுக்குத் தோன்றியது.

சுகுமாரனின் பிற மொழிபெயர்ப்புகள்
[காலச்சுவடு வெளியீடு]

தனிமையின் நூறு ஆண்டுகள்
(உலக கிளாசிக் நாவல்)
காப்ரியேல் கார்சியா மார்க்கேஸ்
ரூ. 550

அஸீஸ் பே சம்பவம்
(உலக கிளாசிக் நாவல்)
அய்ஃபர் டுன்ஷ்
ரூ. 130

மதில்கள்
(மலையாள நாவல்)
வைக்கம் முகம்மது பஷீர்
ரூ. 100

காதல் கடிதம்
(மலையாள நாவல்)
வைக்கம் முகம்மது பஷீர்
ரூ. 100

இதுதான் என் பெயர்
(மொழிபெயர்ப்பு நாவல்)
சக்கரியா
ரூ. 90

லயோலா என்ற பெரும்பாம்பின் கதை
(பதின்மூன்று அயல்மொழிச் சிறுகதைகள்)
ரூ. 100

பாதுஷா என்ற கால்நடையாளன்
(மொழிபெயர்ப்புச் சிறுகதைகள்)
உண்ணி. ஆர்
ரூ. 175

பெண்வழிகள்
(மலையாளக் கவிதைகள்)
அய்ஃபர் டுன்ஷ்
ரூ. 240

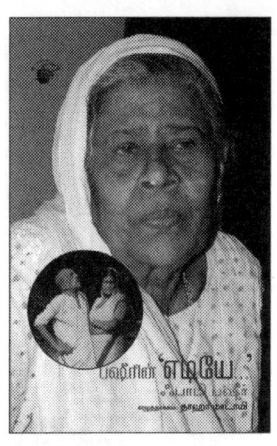

பஷீரின் 'எடியே...'

(நினைவோடை மொழிபெயர்ப்பு)

ஃபாபி பஷீர்

ரூ. 90

அரபிக் கடலோரம்

(பத்திகள்)

சக்கரியா

ரூ. 125

ஷா இன் ஷா

(உலக கிளாசிக் வாழ்க்கை வரலாறு)

ரிஸார்த் காபுஸின்ஸ்கி

ரூ. 175

சினிமா அனுபவம்

(திரை)

அடூர் கோபாலகிருஷ்ணன்

ரூ. 160